ANG MAHAHALAGANG LEBANESE AKLAT NG LUTUIN

Kabisaduhin ang Sining ng Pagluluto ng Lebanese gamit ang 100 Mahahalagang Recipe

María Josefa Martinez

Copyright Material ©2024

Lahat ng Karapatan ay Nakalaan

Walang bahagi ng aklat na ito ang maaaring gamitin o ipadala sa anumang anyo o sa anumang paraan nang walang wastong nakasulat na pahintulot ng publisher at may-ari ng copyright, maliban sa mga maikling sipi na ginamit sa isang pagsusuri. Ang aklat na ito ay hindi dapat ituring na kapalit ng medikal, legal, o iba pang propesyonal na payo.

TALAAN NG MGA NILALAMAN

TALAAN NG NILALAMAN 3
PANIMULA 6
ALMUHAN 7
   1. Manakish (Lebanese Flatbread na may Za'atar) 8
   2. Foul Moudammas (Fava Beans Breakfast) 10
   3. Labneh na may Olive Oil at Herbs 12
   4. Balila (Chickpea Breakfast Bowl) 14
   5. Kaak (Lebanese Sesame Bread Rings) 16
   6. Zaatar Manakeesh 18
   7. Jebneh w'Jambon (Lebanese Cheese and Ham Omelette) 21
   8. Akkawi Cheese and Honey Sandwich 23
   9. Shakshuka 25
   10. Labneh at Za'atar Toast 27

MGA MERYENDA AT PAMPAGANA 29
   11. Falafel 30
   12. Middle Eastern Kibbeh 32
   13. Dahon ng Ubas Aleppo 34
   14. Pinalamanan na sibuyas 36
   15. Hummus na may Pine Nuts at Olive Oil 39
   16. Stuffed Romano Peppers 41
   17. Stuffed Eggplant with Lamb and Pine Nuts 44
   18. Pinalamanan na patatas 47
   19. Baba Ghanoush 50
   20. Labneh (Yogurt Cheese Spread) 52
   21. Za'atar at Olive Oil Dip 54
   22. Laban Bi Khiar (Yogurt at Cucumber Dip) 56
   23. Sambousek (Lebanese Meat Pie) 58
   24. Lebanese Cheese Fatayer 60
   25. Lebanese Sumac Kebab 62
   26. Spiced Lamb and Herb Kofta 64
   27. Lebanese Pita Chips 66
   28. Ghraybeh (Lebanese Shortbread Cookies) 68

PANGUNAHING KURSO 70
   29. Lebanese Bamia (Okra Stew) 71
   30. Lebanese Rice na may Vermicelli (Roz bel Shaghriyeh) 73
   31. Lebanese Chicken Shawarma 75
   32. Falafel Pita Sandwich na may Tahini Sauce 78
   33. Lamb-Stuffed Quince na may Pomegranate at Cilantro 80
   34. Baliktad (Maqluba) 83
   35. Beef at Quince 86
   36. Baharat Manok at Bigas 88

37. Inihaw na Kamote at Sariwang Igos 91
38. Ang mataba ni Na'ama 94
39. Inihaw na talong na may pritong sibuyas 96
40. Roasted butternut squash na may za'atar 99
41. Fava Bean Kuku 102
42. Lemony leek meatballs 105
43. Chermoula Eggplant na may Bulgur at Yogurt 108
44. Pritong cauliflower na may tahini 111
45. Swiss Chard na may Tahini, Yogurt at Pine Nuts 114
46. Kofta B'siniyah 117
47. Sabih 120
48. Wheat Berries, Chard, at Pomegranate Molasses 123
49. Balilah 125
50. Saffron Rice na may Barberry, at Pistachio 127
51. Chicken sofrito 130
52. Wild Rice na may Chickpeas, at Currants 133
53. Nasusunog na Talong na may Buto ng Granada 136
54. Barley Risotto na may Marinated Feta 139
55. Inihaw na manok na may clementines 142
56. Mejadra 145
57. Panfried Sea Bass kasama sina Harissa at Rose 148
58. Hipon, Scallops at Tulya na may Kamatis at Feta 151
59. Nilagang Pugo na may Apricots at Tamarind 154
60. Inihaw na manok na may freekeh 157
61. Chicken with Onion and Cardamom Rice 160
62. Beef Meatballs na may Fava Beans at Lemon 163
63. Lamb Meatballs na may Barberry, Yogurt at Herbs 166
64. Polpettone 169
65. Lamb shawarma 173
66. Salmon Steak sa Chraimeh Sauce 176
67. Adobong Matamis at Maasim na Isda 179

PANIG AT MGA SALAD 182

68. Batata Harra (Spicy Lebanese Potatoes) 183
69. Nabaligtad na Talong 185
70. Roasted Cauliflower at Hazelnut Salad 187
71. Fricassee salad 189
72. Saffron Chicken and Herb Salad 192
73. Root vegetable slaw na may labneh 195
74. Tabbouleh 197
75. Mixed Bean Salad 199
76. Kohlrabi Salad 202
77. Spiced Chickpeas at Vegetable Salad 204
78. Spicy Beet, Leek at Walnut Salad 207
79. Chunky zucchini at tomato salad 210

- 80. Parsley at Barley Salad 213
- 81. Fattoush Salad 215
- 82. Maanghang na carrot salad 217

MGA SOPAS 219
- 83. Watercress at chickpea soup na may rose water 220
- 84. Mainit na yogurt at barley na sopas 223
- 85. Cannellini bean at tupa na sopas 225
- 86. Seafood at Fennel Soup 228
- 87. Pistachio na sopas 231
- 88. Nasusunog na Talong at Mograbieh Soup 234
- 89. Tomato at sourdough na sopas 237
- 90. Clear chicken soup na may knaidlach 239
- 91. Maanghang na freekeh na sopas na may mga bola-bola 243

DESSERT 246
- 92. Sfouf (Turmeric Cake) 247
- 93. Mamoul na may Petsa 249
- 94. Baklava 252
- 95. Mafroukeh (Semolina at Almond Dessert) 254
- 96. Red Pepper at Baked Egg Galettes 256
- 97. Herb Pie 259
- 98. Burekas 262
- 99. Ghraybeh 265
- 100. Mutabbaq 267

KONKLUSYON 270

PANIMULA

Ahlaan wa sahlaan! Maligayang pagdating sa "ANG MAHAHALAGANG LEBANESE AKLAT NG LUTUIN," ang iyong susi sa pag-master ng sining ng pagluluto ng Lebanese na may 100 mahahalagang recipe. Ang cookbook na ito ay isang pagdiriwang ng mayamang culinary heritage ng Lebanon, na ginagabayan ka sa mga makulay na lasa, mabangong pampalasa, at mga diskarteng pinarangalan ng panahon na tumutukoy sa lutuing Lebanese. Samahan kami sa isang paglalakbay sa pagluluto na nagdadala ng kakanyahan ng Lebanon sa iyong kusina. Isipin ang isang mesa na pinalamutian ng mga mezze spread, mabangong rice dish, at indulgent na dessert—lahat ay inspirasyon ng magkakaibang tanawin at kultural na impluwensya ng Lebanon. Ang "ANG MAHAHALAGANG LEBANESE AKLAT NG LUTUIN" ay hindi lamang isang koleksyon ng mga recipe; ito ay isang paggalugad ng mga sangkap, tradisyon, at mga kuwento na gumagawa ng lutuing Lebanese na isang tapiserya ng mga lasa. Kung ikaw ay may pinagmulang Lebanese o simpleng pinahahalagahan ang matapang at mabangong panlasa ng Middle East, ang mga recipe na ito ay ginawa upang gabayan ka sa mga masalimuot na pagluluto ng Lebanese.

Mula sa classic na mezze tulad ng hummus at tabbouleh hanggang sa mga signature dish tulad ng kibbeh at shawarma, ang bawat recipe ay isang pagdiriwang ng pagiging bago, katapangan, at mabuting pakikitungo na tumutukoy sa mga pagkaing Lebanese. Nagho-host ka man ng isang maligayang pagtitipon o nag-e-enjoy sa isang maaliwalas na pagkain ng pamilya, ang cookbook na ito ang iyong pangunahing mapagkukunan para sa pagdadala ng tunay na lasa ng Lebanon sa iyong mesa. Samahan kami habang naglalakbay kami sa mga culinary landscape ng Beirut hanggang sa Byblos, kung saan ang bawat likha ay isang testamento sa makulay at magkakaibang lasa na ginagawang ang pagluluto ng Lebanese ay isang itinatangi na tradisyon sa pagluluto. Kaya, isuot ang iyong apron, yakapin ang diwa ng Lebanese hospitality, at magsimula tayo sa isang masarap na paglalakbay sa pamamagitan ng "ANG MAHAHALAGANG LEBANESE AKLAT NG LUTUIN."

BREAKFAST

1. Manakish (Lebanese Flatbread na may Za'atar)

MGA INGREDIENTS:
- 2 1/2 tasa ng all-purpose na harina
- 1 kutsarang asukal
- 1 kutsarang aktibong dry yeast
- 1 tasang mainit na tubig
- 1/4 tasa ng langis ng oliba
- 2 kutsarang za'atar spice blend

MGA TAGUBILIN:
a) I-dissolve ang asukal sa maligamgam na tubig at budburan ito ng lebadura. Hayaang umupo ng 5-10 minuto hanggang mabula.
b) Paghaluin ang harina at langis ng oliba sa isang malaking mangkok, pagkatapos ay idagdag ang pinaghalong lebadura. Masahin hanggang magkaroon ng makinis na masa. Takpan at hayaang tumaas ng isang oras.
c) Painitin muna ang iyong oven sa 475°F (245°C).
d) Hatiin ang kuwarta sa mga bola at igulong ang mga ito. Ikalat ang za'atar sa ibabaw at maghurno hanggang sa ginintuang kayumanggi.

2. Foul Moudammas (Fava Beans Breakfast)

MGA INGREDIENTS:

- 2 lata ng fava beans, pinatuyo at binanlawan
- 3 cloves ng bawang, tinadtad
- 1/4 tasa ng langis ng oliba
- 1 kutsarita ng kumin
- Asin at paminta para lumasa
- Sariwang lemon juice

MGA TAGUBILIN:

a) Sa isang kawali, igisa ang bawang sa olive oil hanggang sa ginintuang.
b) Magdagdag ng fava beans, kumin, asin, at paminta. Magluto ng 5-7 minuto.
c) I-mash ang ilan sa mga beans gamit ang isang tinidor. Pigain ang sariwang lemon juice sa ibabaw bago ihain.

3. Labneh na may Olive Oil at Herbs

MGA INGREDIENTS:

- 2 tasa labneh (strained yogurt)
- 2 kutsarang langis ng oliba
- Mga sariwang damo (mint, perehil), tinadtad
- Asin sa panlasa

MGA TAGUBILIN:

a) Ilagay ang labneh sa isang plato, na lumilikha ng isang balon sa gitna.
b) Ibuhos ang langis ng oliba sa labneh.
c) Budburan ang mga sariwang damo at asin sa itaas. Ihain kasama ang tinapay na pita.

4. Balila (Chickpea Breakfast Bowl)

MGA INGREDIENTS:

2 tasang nilutong chickpeas
2 cloves ng bawang, tinadtad
1/4 tasa ng langis ng oliba
1 kutsarita ng kumin
Asin at paminta para lumasa
Tinadtad na mga kamatis at perehil para sa dekorasyon

MGA TAGUBILIN:

Sa isang kawali, igisa ang bawang sa olive oil hanggang mabango.
Magdagdag ng mga nilutong chickpeas, kumin, asin, at paminta.
Magluto ng 8-10 minuto.
Ihain sa mga mangkok, pinalamutian ng tinadtad na mga kamatis at perehil.

5. Kaak (Lebanese Sesame Bread Rings)

MGA INGREDIENTS:

4 na tasang all-purpose na harina
1 kutsarang asukal
1 kutsarang aktibong dry yeast
1 1/2 tasa ng maligamgam na tubig
1/4 tasa ng langis ng oliba
Sesame seeds para sa patong

MGA TAGUBILIN:

I-dissolve ang asukal sa maligamgam na tubig at budburan ito ng lebadura. Hayaang umupo ng 5-10 minuto hanggang mabula. Paghaluin ang harina at langis ng oliba sa isang malaking mangkok, pagkatapos ay idagdag ang pinaghalong lebadura. Masahin hanggang magkaroon ng makinis na masa. Takpan at hayaang tumaas ng isang oras.
Painitin muna ang iyong oven sa 375°F (190°C).
Hugasan ang kuwarta sa mga singsing, balutin ng linga, at maghurno hanggang sa ginintuang kayumanggi.

6.Zaatar Manakeesh

MGA INGREDIENTS:
Para sa Dough:

2 1/4 kutsarita (1 pakete) aktibong dry yeast
1 tasang mainit na tubig
2 1/2 tasa ng all-purpose na harina
1 kutsarita ng asukal
1 kutsarita ng asin
2 kutsarang langis ng oliba
Para sa Za'atar Topping:

1/4 tasa ng za'atar spice blend
3 kutsarang langis ng oliba

MGA TAGUBILIN:
Sa isang mangkok, i-dissolve ang asukal sa maligamgam na tubig. Iwiwisik ang lebadura sa tubig at hayaan itong umupo ng mga 5 minuto hanggang sa ito ay mabula.
Sa isang malaking mangkok ng paghahalo, pagsamahin ang harina at asin. Gumawa ng balon sa gitna at ibuhos ang yeast mixture at olive oil.
Haluin hanggang mabuo ang isang masa. Knead ang kuwarta sa isang floured surface para sa mga 5-7 minuto hanggang sa ito ay maging makinis at nababanat.
Ilagay ang kuwarta sa isang mangkok na may mantika, takpan ito ng isang basang tela, at hayaang tumaas ito sa isang mainit na lugar nang humigit-kumulang 1 oras o hanggang dumoble ito sa laki.
Painitin muna ang iyong oven sa 475°F (245°C). Kung mayroon kang pizza stone, ilagay ito sa oven para init.
Sa isang maliit na mangkok, paghaluin ang pinaghalong pampalasa ng za'atar na may langis ng oliba upang lumikha ng isang kumakalat na timpla.
Punan ang tumaas na kuwarta at hatiin ito sa maliliit na bahagi. Pagulungin ang bawat bahagi sa isang bola.
Sa ibabaw ng floured, igulong ang bawat bola sa isang patag na bilog na hugis (mga 8 pulgada ang lapad).

Ilagay ang rolled-out dough sa isang baking sheet na nilagyan ng parchment o direkta sa isang pizza stone.

Ikalat ang isang masaganang halaga ng za'atar at pinaghalong langis ng oliba sa ibabaw ng bawat bilog na kuwarta, na nag-iiwan ng maliit na hangganan sa paligid ng mga gilid.

Maghurno sa preheated oven para sa mga 10-12 minuto o hanggang ang mga gilid ay ginintuang kayumanggi.

Alisin sa oven at hayaang lumamig ang Zaatar Manakeesh ng ilang minuto.

Maaari mong opsyonal na magbuhos ng labis na langis ng oliba sa itaas bago ihain.

Kasama sa ilang mga pagkakaiba-iba ang pagdaragdag ng mga tinadtad na kamatis, olibo, o keso sa itaas bago i-bake.

I-enjoy ang iyong homemade Zaatar Manakeesh bilang isang masarap na meryenda o light meal!

7. Jebneh w'Jambon (Lebanese Cheese and Ham Omelette)

MGA INGREDIENTS:

4 na itlog, pinalo
1/2 tasa feta cheese, gumuho
1/4 tasa ng lutong ham, diced
2 kutsarang langis ng oliba
Asin at paminta para lumasa
Tinadtad na berdeng sibuyas para sa dekorasyon

MGA TAGUBILIN:

Init ang langis ng oliba sa isang kawali sa katamtamang init.
Paghaluin ang pinalo na itlog na may feta cheese, ham, asin, at paminta.
Ibuhos ang pinaghalong sa kawali at lutuin hanggang sa magtakda ang mga gilid. I-flip at lutuin hanggang fully set.
Palamutihan ng tinadtad na berdeng sibuyas bago ihain.

8. Akkawi Cheese at Honey Sandwich

MGA INGREDIENTS:

Akkawi cheese, hiniwa
Tinapay ng Arabe o pita
honey
Mga walnut, tinadtad (opsyonal)

MGA TAGUBILIN:

Ilagay ang mga hiwa ng keso ng Akkawi sa pagitan ng mga layer ng Arabic na tinapay o pita.
I-toast ang sandwich hanggang matunaw ang keso.
Ibuhos ang pulot sa ibabaw ng tinunaw na keso.
Opsyonal, iwiwisik ang mga tinadtad na walnut para sa dagdag na langutngot.

9.Shakshuka

MGA INGREDIENTS:
- 2 kutsarang langis ng oliba
- 1 sibuyas, pinong tinadtad
- 2 kampanilya paminta, diced
- 3 cloves ng bawang, tinadtad
- 1 lata (28 oz) durog na kamatis
- 1 kutsarita ng ground cumin
- 1 kutsarita ng ground paprika
- Asin at paminta para lumasa
- 4-6 na itlog
- Sariwang perehil para sa dekorasyon

MGA TAGUBILIN:
a) Sa isang malaking kawali, painitin ang langis ng oliba sa katamtamang init.
b) Igisa ang sibuyas at bell peppers hanggang lumambot.
c) Magdagdag ng tinadtad na bawang at lutuin ng karagdagang minuto.
d) Ibuhos ang mga durog na kamatis at timplahan ng kumin, paprika, asin, at paminta. Kumulo ng mga 10-15 minuto hanggang lumapot ang sauce.
e) Gumawa ng maliliit na balon sa sarsa at basagin ang mga itlog sa kanila.
f) Takpan ang kawali at lutuin hanggang maluto ang mga itlog ayon sa gusto mo.
g) Palamutihan ng sariwang perehil at ihain kasama ng tinapay.

10. Labneh at Za'atar Toast

MGA INGREDIENTS:
- Labneh (strained yogurt)
- Pinaghalong pampalasa ng Za'atar
- Langis ng oliba
- Pita bread o crusty bread

MGA TAGUBILIN:
a) Ikalat ang maraming labneh sa toasted pita bread o ang iyong paboritong crusty bread.
b) Budburan ng za'atar spice blend.
c) Ibuhos ang langis ng oliba.
d) Ihain bilang open-faced sandwich o gupitin sa maliliit na piraso.

MERYenda at pampagana

11. Falafel

MGA INGREDIENTS:
1 tasang pinatuyong chickpeas, ibinabad sa magdamag
1/2 sibuyas, tinadtad
2 cloves ng bawang, tinadtad
1/4 tasa sariwang perehil, tinadtad
1 tsp ground cumin
1 tsp ground coriander
1/2 tsp baking soda
Asin at paminta para lumasa
Langis ng gulay (para sa pagprito)

MGA TAGUBILIN:
Alisan ng tubig ang binabad na mga chickpeas at ilagay ang mga ito sa isang food processor.
Magdagdag ng sibuyas, bawang, perehil, kumin, kulantro, baking soda, asin, at paminta.
Iproseso hanggang ang timpla ay magaspang ngunit maayos na pinagsama.
Hugis sa maliliit na patties at iprito sa mainit na mantika hanggang sa ginintuang kayumanggi.
Patuyuin sa mga tuwalya ng papel at ihain kasama ng tahini sauce.

12. Gitnang Silangan Kibbeh

MGA INGREDIENTS:
- 2/3 tasa medium coarse bulgur
- 1 tasang sariwang dahon ng mint
- 1 malaking sibuyas, tinadtad
- 1 kutsarita ng ground cumin
- 1 kutsarita ng ground allspice
- 1 kutsarita ng asin
- 1/2 kutsarita ng ground black pepper
- 1 1/2 pounds lean ground tupa
- 3 kutsarang langis ng oliba

MGA TAGUBILIN:
a) Ilagay ang bulgur sa isang mangkok na ligtas sa microwave at takpan ng tubig hanggang sa tuktok lamang ng bulgur.
b) Microwave on High sa loob ng 1 hanggang 2 minuto hanggang sa mamaga ang bulgur at masipsip ang tubig.
c) Ihagis sandali at hayaang tumayo hanggang lumamig.
d) Ilagay ang dahon ng mint sa mangkok ng food processor.
e) Dahan-dahang idagdag ang tinadtad na sibuyas sa pamamagitan ng feed tube, iproseso hanggang ang parehong mint at sibuyas ay makinis na tinadtad.
f) Haluin ang mint-onion mixture sa pinalamig na bulgur.
g) Magdagdag ng ground cumin, allspice, asin, at paminta. Haluing mabuti.
h) Pagsamahin ang pinaghalong bulgur sa giniling na tupa, na tinitiyak ang masusing paghahalo.
i) Gamit ang mamasa-masa na mga kamay, hubugin ang pinaghalong tupa sa maliliit na patties na kasing laki ng palad.
j) Init ang langis ng oliba sa isang kawali sa katamtamang init.
k) Idagdag ang kibbeh patties at lutuin hanggang sa maging golden brown ang labas at maluto ang gitna, paikutin ng isang beses. Ito ay dapat tumagal ng mga 6 na minuto sa bawat panig.
l) Ihain ang kibbeh patties na may tahini, isang sesame seed paste, para sa tradisyonal na lasa ng Middle Eastern.

13. Dahon ng Ubas sa Aleppo

MGA INGREDIENTS:
- 1 tasang hilaw na puting bigas
- 2 pounds na giniling na tupa
- 1 kutsarang giniling na allspice
- 1 kutsarita ng asin
- 1 kutsarita ng ground black pepper
- 2 (16 onsa) na garapon ng mga dahon ng ubas, pinatuyo at binanlawan
- 6 cloves na bawang, hiniwa
- 1 tasang lemon juice
- 2 kalamata olives (Opsyonal)

MGA TAGUBILIN:
a) Ibabad ang bigas sa malamig na tubig at alisan ng tubig.
b) Sa isang malaking mangkok, pagsamahin ang giniling na tupa, ibinabad at pinatuyo na bigas, allspice, asin, at itim na paminta. Haluin hanggang maghalo ng mabuti.
c) Kumuha ng dahon ng ubas at ilagay ang humigit-kumulang 1 kutsara ng pinaghalong karne sa gitna ng bawat dahon.
d) I-fold ang dahon nang isang beses, iikot ang mga gilid sa bawat panig, at pagkatapos ay i-roll ang dahon sarado.
e) Isalansan ang mga ginulong dahon ng ubas sa isang malaking palayok.
f) Maglagay ng mga hiwa ng bawang sa pagitan ng bawat layer.
g) Magdagdag lamang ng sapat na tubig upang masakop ang mga rolyo.
h) Ibuhos ang lemon juice sa mga dahon ng ubas sa palayok.
i) Opsyonal, magdagdag ng kalamata olives sa palayok para sa karagdagang lasa.
j) Maglagay ng plato sa ibabaw ng grape leaf rolls para panatilihing nakalubog ang mga ito sa tubig.
k) Pakuluan ang kaldero, pagkatapos ay bawasan ang apoy sa mahina.
l) Takpan at kumulo sa loob ng 1 oras at 15 minuto.
m) Tikman ang kanin para sa pagiging handa. Ang mga dahon ng ubas ay maaaring umupo ng ilang oras upang mapahusay ang lasa.
n) Ihain ang Grape Leaves Aleppo at tamasahin ang mga masasarap na lasa na ipinasa mula sa Aleppo, Syria.

14. Mga pinalamanan na sibuyas

MGA INGREDIENTS:
- 4 na malalaking sibuyas (2 lb / 900 g sa kabuuan, binalatan na timbang) mga 1⅔ tasa / 400 ml na stock ng gulay
- 1½ kutsarita ng molasses ng granada
- asin at sariwang giniling na itim na paminta
- PALAMAN
- 1½ kutsarang langis ng oliba
- 1 tasa / 150 g pinong tinadtad na shallots
- ½ tasa / 100 g ng maikling butil na bigas
- ¼ tasa / 35 g pine nuts, durog
- 2 tbsp tinadtad na sariwang mint
- 2 tbsp tinadtad na flat-leaf parsley
- 2 tsp pinatuyong mint
- 1 tsp ground cumin
- ⅛ tsp ground clove
- ¼ tsp ground allspice
- ¾ tsp asin
- ½ tsp sariwang giniling na itim na paminta
- 4 lemon wedges (opsyonal)

MGA TAGUBILIN:
a) Balatan at gupitin ng humigit-kumulang ¼ pulgada / 0.5 cm mula sa tuktok at huntot ng mga sibuyas, ilagay ang pinutol na mga sibuyas sa isang malaking kasirola na may maraming tubig, pakuluan, at lutuin ng 15 minuto. Patuyuin at itabi upang lumamig.

b) Upang ihanda ang palaman, initin ang langis ng oliba sa isang medium na kawali sa katamtamang mataas na apoy at idagdag ang mga shallots. Igisa sa loob ng 8 minuto, haluin nang madalas, pagkatapos ay idagdag ang lahat ng natitirang sangkap maliban sa lemon wedges. Pababa ang apoy at ipagpatuloy ang pagluluto at haluin ng 10 minuto.

c) Gamit ang isang maliit na kutsilyo, gumawa ng mahabang hiwa mula sa tuktok ng sibuyas hanggang sa ibaba, tumakbo hanggang sa gitna nito, upang ang bawat layer ng sibuyas ay may isang hiwa lamang na dumadaloy dito. Simulan ang malumanay na paghiwalayin ang mga layer ng sibuyas, isa-isa, hanggang sa maabot mo ang core. Huwag mag-alala kung ang

ilan sa mga layer ay mapunit nang kaunti sa pagbabalat; maaari mo pa ring gamitin ang mga ito.
d) Hawakan ang isang layer ng sibuyas sa isang naka-cup na kamay at kutsara ang humigit-kumulang 1 kutsara ng pinaghalong bigas sa kalahati ng sibuyas, ilagay ang pagpuno malapit sa isang dulo ng pagbubukas. Huwag matuksong punan ito nang higit pa, dahil kailangan itong balot ng maganda at masikip. I-fold ang walang laman na bahagi ng sibuyas sa ibabaw ng pinalamanan na gilid at igulong ito nang mahigpit upang ang bigas ay natatakpan ng ilang patong ng sibuyas na walang hangin sa gitna. Ilagay sa isang medium na kawali kung saan mayroon kang takip, tahiin ang gilid pababa, at ipagpatuloy ang natitirang mga sibuyas at pinaghalong kanin. Ilagay ang mga sibuyas nang magkatabi sa kawali, nang sa gayon ay walang puwang na gumagalaw. Punan ang anumang mga puwang ng mga bahagi ng sibuyas na hindi pa napuno. Magdagdag ng sapat na stock upang ang mga sibuyas ay natatakpan ng tatlong-kapat, kasama ang molasses ng granada, at timplahan ng ¼ kutsarita ng asin.
e) Takpan ang kawali at lutuin sa pinakamababang posibleng kumulo sa loob ng 1½ hanggang 2 oras, hanggang sa sumingaw ang likido. Ihain nang mainit-init o sa temperatura ng kuwarto, na may lemon wedges kung gusto mo.

15. Hummus na may Pine Nuts at Olive Oil

MGA INGREDIENTS:
- 1 lata (15 oz) chickpeas, pinatuyo at binanlawan
- 1/4 tasa tahini
- 1/4 tasa ng langis ng oliba
- 2 cloves ng bawang, tinadtad
- Juice ng 1 lemon
- Asin sa panlasa
- Pine nuts at extra olive oil para sa dekorasyon

MGA TAGUBILIN:
a) Sa isang food processor, pagsamahin ang mga chickpeas, tahini, olive oil, bawang, lemon juice, at asin.
b) Haluin hanggang makinis.
c) Ilipat sa isang serving bowl, lagyan ng dagdag na olive oil, at budburan ng pine nuts.

16. Pinalamanan na Romano Peppers

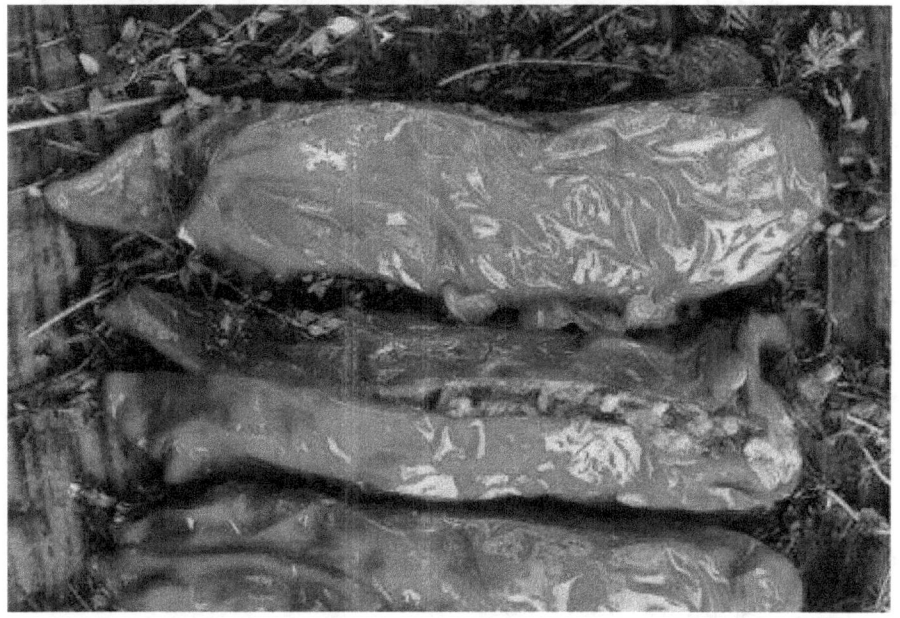

MGA INGREDIENTS:
- 8 medium Romano o iba pang matamis na paminta
- 1 malaking kamatis, tinadtad nang magaspang (1 tasa / 170 g sa kabuuan)
- 2 katamtamang sibuyas, tinadtad nang magaspang (1⅔ tasa / 250 g sa kabuuan)
- tungkol sa 2 tasa / 500 ML stock ng gulay
- PALAMAN
- ¾ tasa / 140 g basmati rice
- 1½ kutsarang baharat spice mix (binili sa tindahan o tingnan ang recipe)
- ½ tsp ground cardamom
- 2 kutsarang langis ng oliba
- 1 malaking sibuyas, pinong tinadtad (1⅓ tasa / 200 g sa kabuuan)
- 14 oz / 400 g giniling na tupa
- 2½ kutsarang tinadtad na flat-leaf parsley
- 2 tbsp tinadtad na dill
- 1½ kutsarang pinatuyong mint
- 1½ tsp asukal
- asin at sariwang giniling na itim na paminta

MGA TAGUBILIN:
a) Magsimula sa pagpupuno. Ilagay ang bigas sa isang kasirola at takpan ng bahagyang inasnan na tubig. Pakuluan at pagkatapos ay lutuin ng 4 na minuto. Alisan ng tubig, i-refresh sa ilalim ng malamig na tubig, at itabi.
b) Dry-fry ang mga pampalasa sa isang kawali. Idagdag ang langis ng oliba at sibuyas at magprito ng mga 7 minuto, haluin nang madalas, hanggang sa lumambot ang sibuyas. Ibuhos ito, kasama ang kanin, karne, damo, asukal, at 1 kutsarita ng asin sa isang malaking mangkok ng paghahalo. Gamitin ang iyong mga kamay upang ihalo nang mabuti ang lahat.
c) Simula sa dulo ng tangkay, gumamit ng isang maliit na kutsilyo upang gupitin ang pahaba tatlong-kapat ng daan pababa sa bawat paminta, nang hindi inaalis ang tangkay, na lumilikha ng isang mahabang butas. Nang hindi pinipilit na buksan ang paminta ng masyadong maraming, alisin ang mga buto at

pagkatapos ay ilagay ang bawat paminta ng pantay na dami ng pinaghalong.

d) Ilagay ang tinadtad na kamatis at sibuyas sa isang napakalaking kawali kung saan mayroon kang mahigpit na takip. Ayusin ang mga sili sa itaas, magkadikit, at ibuhos ang sapat na stock upang ito ay dumating sa pulgada / 1 cm pataas sa mga gilid ng mga sili. Timplahan ng ½ kutsarita ng asin at ilang itim na paminta. Takpan ang kawali na may takip at kumulo sa pinakamababang apoy sa loob ng isang oras. Mahalaga na ang pagpuno ay steamed lamang, kaya ang talukap ng mata ay dapat magkasya nang mahigpit; siguraduhing laging may kaunting likido sa ilalim ng kawali. Ihain ang mga sili nang mainit, hindi mainit, o sa temperatura ng silid.

17. Stuffed Eggplant na may Tupa at Pine Nuts

MGA INGREDIENTS:
- 4 na katamtamang talong (mga 2½ lb / 1.2 kg), hinati nang pahaba
- 6 tbsp / 90 ML ng langis ng oliba
- 1½ tsp ground cumin
- 1½ kutsarang matamis na paprika
- 1 kutsarang giniling na kanela
- 2 medium na sibuyas (12 oz / 340 g sa kabuuan), pinong tinadtad
- 1 lb / 500 g giniling na tupa
- 7 kutsara / 50 g ng mga pine nuts
- ⅔ oz / 20 g flat-leaf parsley, tinadtad
- 2 tsp tomato paste
- 3 tsp superfine sugar
- ⅔ tasa / 150 ML ng tubig
- 1½ kutsarang sariwang kinatas na lemon juice
- 1 tsp tamarind paste
- 4 na cinnamon sticks
- asin at sariwang giniling na itim na paminta

MGA TAGUBILIN:
a) Painitin muna ang oven sa 425°F / 220°C.
b) Ilagay ang mga bahagi ng talong, balat pababa, sa isang litson na may sapat na laki upang ma-accommodate ang mga ito nang mahigpit. I-brush ang laman ng 4 na kutsara ng olive oil at timplahan ng 1 kutsarita ng asin at maraming black pepper. Inihaw para sa mga 20 minuto, hanggang sa ginintuang kayumanggi. Alisin mula sa oven at hayaang lumamig nang bahagya.
c) Habang nagluluto ang mga talong, maaari mong simulan ang paggawa ng palaman sa pamamagitan ng pag-init ng natitirang 2 kutsarang langis ng oliba sa isang malaking kawali. Paghaluin ang cumin, paprika, at giniling na kanela at idagdag ang kalahati ng halo ng pampalasa na ito sa kawali, kasama ang mga sibuyas. Magluto sa katamtamang init ng halos 8 minuto, madalas na pagpapakilos, bago idagdag ang tupa, pine nuts, perehil, tomato paste, 1 kutsarita ng asukal, 1 kutsarita

d) Ilagay ang natitirang spice mix sa isang mangkok at idagdag ang tubig, lemon juice, tamarind, ang natitirang 2 kutsarita ng asukal, ang cinnamon sticks, at ½ kutsarita ng asin; haluing mabuti.
e) Bawasan ang temperatura ng oven sa 375°F / 195°C. Ibuhos ang halo ng pampalasa sa ilalim ng kawali ng talong. Sandok ang pinaghalong tupa sa ibabaw ng bawat talong. Takpan nang mahigpit ang kawali gamit ang aluminum foil, ibalik sa oven, at inihaw ng 1½ oras, kung saan ang mga talong ay dapat na ganap na malambot at ang sarsa ay makapal; dalawang beses sa panahon ng pagluluto, alisin ang foil at bastusan ang mga talong ng sarsa, magdagdag ng kaunting tubig kung ang sarsa ay natuyo. Ihain nang mainit, hindi mainit, o sa temperatura ng kuwarto.

(continued) ng asin, at ilang itim na paminta. Ipagpatuloy ang pagluluto at haluin ng isa pang 8 minuto, hanggang sa maluto ang karne.

18.Pinalamanan na patatas

SA 6

MGA INGREDIENTS:
- 1 lb / 500 g giniling na karne ng baka
- mga 2 tasa / 200 g puting mumo ng tinapay
- 1 katamtamang sibuyas, pinong tinadtad (¾ tasa / 120 g sa kabuuan)
- 2 cloves bawang, durog
- ⅔ oz / 20 g flat-leaf parsley, pinong tinadtad
- 2 tbsp dahon ng thyme, tinadtad
- 1½ tsp ground cinnamon
- 2 malaking free-range na itlog, pinalo
- 3¼ lb / 1.5 kg medium na Yukon Gold na patatas, mga 3¾ by 2¼ inches / 9 by 6 cm, binalatan at hinati nang pahaba
- 2 kutsarang tinadtad na cilantro
- asin at sariwang giniling na itim na paminta

TOMATO SAUCE
- 2 kutsarang langis ng oliba
- 5 cloves na bawang, durog
- 1 katamtamang sibuyas, pinong tinadtad (¾ tasa / 120 g sa kabuuan)
- 1½ tangkay ng kintsay, pinong tinadtad (⅔ tasa / 80 g sa kabuuan)
- 1 maliit na karot, binalatan at pinong tinadtad (½ tasa / 70 g sa kabuuan)
- 1 pulang sili, pinong tinadtad
- 1½ tsp ground cumin
- 1 tsp ground allspice
- kurot ng pinausukang paprika
- 1½ tsp matamis na paprika
- 1 tsp caraway seeds, dinurog gamit ang mortar at pestle o gilingan ng pampalasa
- isang 28-oz / 800g lata ng tinadtad na kamatis
- 1 kutsarang tamarind paste
- 1½ tsp superfine sugar

MGA TAGUBILIN:
a) Magsimula sa tomato sauce. Init ang langis ng oliba sa pinakamalawak na kawali na mayroon ka; kakailanganin mo rin ng takip para dito. Idagdag ang bawang, sibuyas, kintsay,

karot, at sili at igisa sa mahinang apoy sa loob ng 10 minuto, hanggang malambot ang mga gulay. Idagdag ang mga pampalasa, haluing mabuti, at lutuin ng 2 hanggang 3 minuto. Ibuhos ang tinadtad na kamatis, sampalok, asukal, ½ kutsarita ng asin, at ilang itim na paminta at pakuluan. Alisin mula sa init.

b) Upang gawin ang pinalamanan na patatas, ilagay ang karne ng baka, mumo ng tinapay, sibuyas, bawang, perehil, thyme, kanela, 1 kutsarita ng asin, ilang itim na paminta, at ang mga itlog sa isang mangkok ng paghahalo. Gamitin ang iyong mga kamay upang pagsamahin nang mabuti ang lahat ng mga sangkap.

c) Hugasan ang bawat kalahati ng patatas gamit ang isang melon baller o isang kutsarita, na lumilikha ng shell na ⅔ pulgada / 1.5 cm ang kapal. Ilagay ang pinaghalong karne sa bawat lukab, gamit ang iyong mga kamay upang itulak ito pababa upang mapuno nito nang buo ang patatas. Maingat na idiin ang lahat ng patatas sa sarsa ng kamatis upang magkadikit ang mga ito, na ang laman ng karne ay nakaharap paitaas. Magdagdag ng humigit-kumulang 1¼ tasa / 300 ML ng tubig, o sapat lamang upang halos takpan ng sarsa ang mga patties, pakuluan, takpan ang kawali na may takip, at hayaang mabagal na maluto nang hindi bababa sa 1 oras o mas matagal pa, hanggang sa maluto ang sarsa. ay makapal at ang patatas ay napakalambot. Kung hindi pa lumapot ang sauce, tanggalin ang takip at bawasan ng 5 hanggang 10 minuto. Ihain nang mainit o mainit, pinalamutian ng cilantro.

19. Baba Ghanoush

MGA INGREDIENTS:
- 4 na malalaking Italian eggplants
- 2 cloves durog na bawang
- 2 kutsarita ng kosher salt, o sa panlasa
- 1 lemon, juice, o higit pa sa panlasa
- 3 kutsarang tahini, o higit pa sa panlasa
- 3 kutsarang extra-virgin olive oil
- 2 kutsarang plain Greek yogurt
- 1 kurot ng cayenne pepper, o sa panlasa
- 1 dahon ng sariwang mint, tinadtad (Opsyonal)
- 2 kutsarang tinadtad na sariwang Italian parsley

MGA TAGUBILIN:
a) Painitin muna ang isang panlabas na grill para sa katamtamang init at dahan-dahang langisan ang rehas na bakal.
b) Tusukin ng ilang beses ang ibabaw ng balat ng talong gamit ang dulo ng kutsilyo.
c) Direktang ilagay ang mga talong sa grill. Lumiko nang madalas gamit ang mga sipit habang ang balat ay nanginginig.
d) Lutuin hanggang ang mga talong ay gumuho at napakalambot, mga 25 hanggang 30 minuto.
e) Ilipat sa isang mangkok, takpan ng mahigpit na may aluminum foil, at hayaang lumamig ng mga 15 minuto.
f) Kapag ang mga talong ay sapat na upang mahawakan, hatiin ang mga ito sa kalahati at simutin ang laman sa isang colander na inilagay sa ibabaw ng isang mangkok.
g) Patuyuin ng 5 o 10 minuto.
h) Ilipat ang talong sa isang mangkok ng paghahalo at magdagdag ng durog na bawang at asin.
i) Mash hanggang mag-atas ngunit may kaunting texture, mga 5 minuto.
j) Ihalo sa lemon juice, tahini, olive oil, at cayenne pepper.
k) Gumalaw sa yogurt.
l) Takpan ang mangkok na may plastic wrap at palamigin hanggang sa ganap na pinalamig, mga 3 o 4 na oras.
m) Tikman upang ayusin ang mga panimpla.
n) Bago ihain, ihalo ang mint at tinadtad na perehil.

20.Labneh (Yogurt Cheese Spread)

MGA INGREDIENTS:
- 2 tasang plain yogurt
- 1/2 kutsarita ng asin
- Langis ng oliba para sa pag-ambon
- Mga sariwang damo (tulad ng mint o thyme), tinadtad

MGA TAGUBILIN:
a) Paghaluin ang yogurt na may asin at ilagay ito sa isang salaan na may linya ng cheesecloth sa isang mangkok.
b) Hayaang maubos ang yogurt sa refrigerator sa loob ng hindi bababa sa 24 na oras, o hanggang umabot ito sa isang makapal, cream cheese-like consistency.
c) Ilipat ang labneh sa isang serving plate, ibuhos ang langis ng oliba, at iwiwisik ang mga sariwang damo.

21. Za'atar at Olive Oil Dip

MGA INGREDIENTS:
- 3 kutsarang za'atar spice blend
- 1/4 tasa ng langis ng oliba
- Pita tinapay para sa paghahatid

MGA TAGUBILIN:
a) Sa isang maliit na mangkok, paghaluin ang za'atar na may langis ng oliba upang lumikha ng isang makapal na i-paste.
b) Ihain bilang sawsaw na may sariwa o toasted pita bread.

22. Laban Bi Khiar (Yogurt at Cucumber Dip)

MGA INGREDIENTS:
- 1 tasa ng Greek yogurt
- 1 pipino, pinong tinadtad
- 2 cloves ng bawang, tinadtad
- 2 kutsarang sariwang mint, tinadtad
- Asin at paminta para lumasa
- Langis ng oliba para sa pag-ambon

MGA TAGUBILIN:
a) Paghaluin ang Greek yogurt, diced cucumber, tinadtad na bawang, at tinadtad na mint sa isang mangkok.
b) Timplahan ng asin at paminta.
c) Ibuhos ang langis ng oliba bago ihain.

23. Sambousek (Lebanese Meat Pie)

MGA INGREDIENTS:
1 lb na giniling na tupa o baka
1 sibuyas, pinong tinadtad
1/4 tasa ng pine nuts
2 kutsarang langis ng oliba
1 tsp ground allspice
Asin at paminta para lumasa
1 pakete ng phyllo dough
Natunaw na mantikilya para sa pagsipilyo

MGA TAGUBILIN:
Sa isang kawali, igisa ang mga sibuyas sa langis ng oliba hanggang sa translucent. Magdagdag ng giniling na karne at lutuin hanggang sa mag browned.
Paghaluin ang mga pine nuts, allspice, asin, at paminta. Hayaang lumamig ang timpla.
Painitin muna ang oven sa 350°F (180°C).
Gupitin ang phyllo dough sa mga parisukat, kutsara ang pinaghalong karne sa bawat parisukat, at tiklupin sa isang tatsulok.
Ilagay sa isang baking sheet, brush na may tinunaw na mantikilya, at maghurno hanggang sa ginintuang kayumanggi.

24. Lebanese Cheese Fatayer

MGA INGREDIENTS:
2 tasa feta cheese, gumuho
1 tasang ricotta cheese
1 itlog
1/4 tasa tinadtad na sariwang mint
1/4 tasa tinadtad na sariwang perehil
1 pakete ng pizza dough o homemade dough
MGA TAGUBILIN:
Painitin muna ang oven sa 375°F (190°C).
Sa isang mixing bowl, pagsamahin ang crumbled feta cheese, ricotta cheese, itlog, tinadtad na mint, at tinadtad na perehil. Haluing mabuti hanggang ang lahat ng sangkap ay lubusang pinagsama.
I-roll out ang pizza dough sa isang lightly floured surface. Gamit ang isang bilog na pamutol o isang baso, gupitin ang mga bilog mula sa kuwarta, bawat isa ay mga 4 na pulgada (10 cm) ang diyametro.
Maglagay ng isang kutsarang puno ng pinaghalong keso sa gitna ng bawat bilog ng kuwarta.
Tiklupin ang mga gilid ng kuwarta sa ibabaw ng pagpuno, na lumilikha ng isang tatsulok o hugis ng bangka. Kurutin ang mga gilid upang mai-seal ang kuwarta.
Ilagay ang napunong kuwarta sa isang baking sheet na nilagyan ng parchment paper.
Ulitin ang proseso hanggang sa mapuno ang lahat ng bilog ng kuwarta.
Maghurno sa preheated oven sa loob ng 15-20 minuto o hanggang sa maging golden brown ang fatayer.
Alisin sa oven at hayaang lumamig ng ilang minuto bago ihain.
Opsyonal, maaari mong lagyan ng kaunting olive oil ang mga tuktok ng fatayer para sa karagdagang ningning.

25. Lebanese Sumac Kebab

MGA INGREDIENTS:
1 lb (450g) lean ground beef o tupa
1 malaking sibuyas, pinong gadgad
2 kutsarang langis ng oliba
2 kutsarang giniling na sumac
1 kutsarita ng ground cumin
1 kutsarita ng ground coriander
1 kutsarita ng ground paprika
1 kutsarita ng asin
1/2 kutsarita ng itim na paminta
2 cloves ng bawang, tinadtad
1/4 tasa tinadtad na sariwang perehil
Mga tuhog, ibinabad sa tubig kung kahoy

MGA TAGUBILIN:
Sa isang malaking mixing bowl, pagsamahin ang giniling na karne, gadgad na sibuyas, langis ng oliba, ground sumac, kumin, kulantro, paprika, asin, itim na paminta, tinadtad na bawang, at tinadtad na perehil.

Paghaluin ang mga sangkap nang lubusan hanggang sa maayos na pinagsama. Madalas na nakakatulong na gamitin ang iyong mga kamay para sa hakbang na ito.

Takpan ang mangkok na may plastic wrap at hayaang mag-marinate ang pinaghalong sa refrigerator nang hindi bababa sa 1 oras, na nagpapahintulot sa mga lasa na maghalo.

Painitin muna ang iyong grill o grill pan sa medium-high heat. Kumuha ng isang dakot ng pinaghalong karne at hubugin ito sa mga skewer, na bumubuo ng mga pahabang kebab.

I-ihaw ang mga kebab nang mga 10-15 minuto, paminsan-minsan, hanggang sa maluto at magkaroon ng magandang char sa labas.

Ihain ang sumac kebab kasama ang iyong mga paboritong side, tulad ng pita bread, hummus, o sariwang salad.

Opsyonal, pisilin ang ilang lemon juice sa mga kebab bago ihain para sa dagdag na pagsabog ng lasa.

26. Spiced Lamb and Herb Kofta

MGA INGREDIENTS:
1 lb (450g) giniling na tupa
1 maliit na sibuyas, pinong gadgad
2 cloves ng bawang, tinadtad
1/4 tasa sariwang mint, pinong tinadtad
1/4 tasa sariwang perehil, pinong tinadtad
1 kutsarita ng ground cumin
1 kutsarita ng ground coriander
1/2 kutsarita ng giniling na kanela
1/2 kutsarita ng ground paprika
Asin at itim na paminta, sa panlasa
Langis ng oliba (para sa pag-ihaw)
Mga tuhog, ibinabad sa tubig kung kahoy

MGA TAGUBILIN:
Sa isang malaking mangkok ng paghahalo, pagsamahin ang giniling na tupa, gadgad na sibuyas, tinadtad na bawang, tinadtad na mint, tinadtad na perehil, kumin, kulantro, kanela, paprika, asin, at itim na paminta.

Paghaluin ang mga sangkap nang lubusan hanggang sa maayos na pinagsama.

Takpan ang mangkok na may plastic wrap at hayaang lumamig ang pinaghalong sa refrigerator nang hindi bababa sa 30 minuto upang payagang maghalo ang mga lasa.

Painitin muna ang iyong grill o grill pan sa medium-high heat.

Kumuha ng isang bahagi ng pinaghalong tupa at hubugin ito sa mga skewer, na bumubuo ng mga pahabang hugis ng kofta.

I-brush ang kofta ng kaunting olive oil para hindi dumikit sa grill.

I-ihaw ang kofta nang mga 10-15 minuto, paminsan-minsan, hanggang sa maluto at magkaroon ng magandang char sa labas.

Ihain ang spiced lamb at herb kofta kasama ng iyong mga paboritong saliw tulad ng kanin, flatbread, o isang yogurt-based na sarsa.

Palamutihan ng karagdagang tinadtad na mint at perehil bago ihain para sa pagiging bago.

Tangkilikin ang mabangong spiced na tupa at herb kofta bilang isang masarap na pangunahing kurso o pampagana!

27. Lebanese Pita Chips

MGA INGREDIENTS:
4-6 bilog na buong trigo o puting pita na tinapay
Langis ng oliba
Asin, sa panlasa
Opsyonal: pulbos ng bawang, paprika, kumin, o ang iyong paboritong timpla ng pampalasa

MGA TAGUBILIN:
Painitin muna ang iyong oven sa 375°F (190°C).
Gupitin ang bawat tinapay na pita sa mga wedge o tatsulok. Maaari mong paghiwalayin ang dalawang layer ng bawat pita upang makakuha ng mas manipis na chips.
Ilagay ang pita wedges sa isang baking sheet sa isang layer.
Banayad na i-brush ang bawat wedge ng langis ng oliba. Maaari kang gumamit ng pastry brush o ibuhos ang mantika at ikalat ito nang pantay-pantay gamit ang iyong mga kamay.
Budburan ng asin ang pita wedges. Kung ninanais, magdagdag ng mga opsyonal na seasoning tulad ng pulbos ng bawang, paprika, kumin, o ang iyong paboritong timpla ng pampalasa.
Ilagay ang baking sheet sa preheated oven at maghurno ng mga 10-12 minuto o hanggang sa maging golden brown at malutong ang pita chips.
Pagmasdan ang mga ito upang maiwasan ang pagkasunog.
Hayaang lumamig ang pita chips sa baking sheet ng ilang minuto. Sila ay patuloy na malulutong habang sila ay lumalamig.
Kapag ganap na lumamig, ilipat ang pita chips sa isang serving bowl o plato.
Ihain kasama ang iyong mga paboritong dips tulad ng hummus, tzatziki, o salsa.

28. Ghraybeh (Lebanese Shortbread Cookies)

MGA INGREDIENTS:
1 tasang unsalted butter, pinalambot
1 tasang may pulbos na asukal
2 tasang all-purpose na harina
1 tasang gawgaw
1/2 kutsarita ng rosewater o orange blossom water (opsyonal)
Buong blanched almonds o pistachios (para sa dekorasyon)

MGA TAGUBILIN:
Painitin muna ang iyong oven sa 300°F (150°C).
Sa isang malaking mangkok ng paghahalo, pagsamahin ang pinalambot na mantikilya at asukal sa pulbos hanggang sa magaan at malambot.
Kung gagamitin, magdagdag ng rosewater o orange blossom water sa pinaghalong butter-sugar at ihalo nang mabuti.
Sa isang hiwalay na mangkok, salain ang all-purpose flour at cornstarch.
Dahan-dahang idagdag ang sifted dry ingredients sa butter-sugar mixture, patuloy na pagpapakilos hanggang sa maayos na pinagsama. Ang kuwarta ay dapat na malambot at madaling hawakan.
Kumuha ng maliliit na bahagi ng kuwarta at hubugin ito ng maliliit na bilog o gasuklay. Maaari kang gumamit ng cookie press o igulong lang ang mga ito sa iyong mga kamay.
Maglagay ng isang buong blanched almond o pistachio sa ibabaw ng bawat cookie, bahagyang pinindot ito sa kuwarta.
Ilagay ang mga hugis na cookies sa isang baking sheet na nilagyan ng parchment paper.
Maghurno sa preheated oven para sa mga 20-25 minuto o hanggang sa ang mga gilid ay bahagyang ginintuang. Ang mga cookies ay dapat manatiling maputla sa itaas.
Hayaang lumamig ang Ghraybeh sa baking sheet sa loob ng ilang minuto bago ilipat ang mga ito sa wire rack upang ganap na lumamig.
Ang Ghraybeh ay tradisyonal na inihahain kasama ng Arabic na kape o tsaa. Ang mga ito ay maselan, buttery, at may crumbly texture.

PANGUNAHING PAGKAIN

29. Lebanese Bamia (Okra Stew)

MGA INGREDIENTS:
1 lb (450g) sariwang okra, hugasan at pinutol
1 lb (450g) karne ng nilagang baka, naka-cube
1 malaking sibuyas, pinong tinadtad
3 cloves ng bawang, tinadtad
2 tasang kamatis, diced (sariwa o de-latang)
1/4 tasa tomato paste
1/4 tasa ng langis ng oliba
2 kutsarang lemon juice
1 kutsarita ng ground coriander
1 kutsarita ng ground cumin
1 kutsarita ng paprika
Asin at itim na paminta, sa panlasa
4 tasang sabaw ng baka o gulay
Lutong kanin o flatbread para ihain

MGA TAGUBILIN:
Sa isang malaking kaldero, init ng langis ng oliba sa katamtamang init. Magdagdag ng tinadtad na sibuyas at igisa hanggang sa maging translucent.

Magdagdag ng tinadtad na bawang sa kawali at igisa ng karagdagang minuto hanggang sa mabango.

Idagdag ang cubed beef stew meat sa kaldero at kayumanggi sa lahat ng panig.

Haluin ang diced na kamatis, tomato paste, ground coriander, ground cumin, paprika, asin, at black pepper. Magluto ng ilang minuto hanggang sa magsimulang masira ang mga kamatis.

Ibuhos ang sabaw ng baka o gulay, at pakuluan ang timpla. Bawasan ang apoy sa mahina, takpan ang kaldero, at hayaang kumulo ito ng mga 30 minuto para matunaw ang mga lasa at lumambot ang karne.

Idagdag ang hinugasan at pinutol na okra sa kaldero. Pakuluan ng karagdagang 15-20 minuto hanggang maluto ang okra.

Ihalo ang lemon juice, i-adjust ang seasoning ayon sa panlasa. Ihain ang Bamia na mainit sa ibabaw ng nilutong kanin o may flatbread.

30. Lebanese Rice na may Vermicelli (Roz bel Shaghriyeh)

MGA INGREDIENTS:
1 tasang mahabang butil na puting bigas
1/2 cup vermicelli noodles, pinaghiwa-hiwalay
2 kutsarang unsalted butter o olive oil
2 tasang sabaw ng manok o gulay
Asin, sa panlasa

MGA TAGUBILIN:
Banlawan ang bigas sa ilalim ng malamig na tubig hanggang sa malinis ang tubig. Nakakatulong ito na alisin ang labis na almirol at pinipigilan ang bigas na maging masyadong malagkit.
Sa isang malaking kasirola o kaldero, tunawin ang mantikilya (o init ng langis ng oliba) sa katamtamang init.
Idagdag ang putol na piraso ng vermicelli at igisa hanggang maging golden brown. Haluin nang madalas upang matiyak ang pantay na pag-ihaw.
Kapag ang vermicelli ay ginintuang, ilagay ang binanlawan na kanin sa kaldero. Haluing mabuti para malagyan ng mantikilya ang kanin at vermicelli.
Ibuhos ang sabaw ng manok o gulay. Magdagdag ng asin ayon sa panlasa. Dalhin ang timpla sa isang pigsa.
Bawasan ang apoy sa mababang, takpan ang kaldero na may mahigpit na takip, at kumulo sa loob ng 15-20 minuto o hanggang ang kanin ay lumambot at nasipsip ang likido.
Kapag luto na, alisin ang kawali sa init ngunit panatilihing nakabukas ang takip. Hayaang mag-steam ang bigas ng karagdagang 10 minuto. Tinutulungan nito ang bigas na maging magaan at malambot.
Gumamit ng tinidor upang marahan ang bigas at vermicelli.
Ilipat ang Lebanese Rice na may Vermicelli sa isang serving platter at magsilbi bilang isang masarap na side dish.

31. Lebanese Chicken Shawarma

MGA INGREDIENTS:
Para sa Marinade:

1.5 lbs (700g) walang buto, walang balat na mga hita ng manok
1 malaking sibuyas, pinong gadgad
4 cloves na bawang, tinadtad
1/4 tasa ng plain yogurt
3 kutsarang langis ng oliba
1 kutsarang giniling na kumin
1 kutsarang ground coriander
1 kutsarita ng ground paprika
1 kutsaritang giniling na turmerik
1 kutsarita ng giniling na kanela
1 kutsarita ng ground allspice
Asin at itim na paminta, sa panlasa
Juice ng 1 lemon
Para sa Paglilingkod:

Pita bread o flatbreads
Tzatziki sauce o garlic sauce
Hiniwang mga kamatis
Hiniwang mga pipino
Tinadtad na litsugas
Mga atsara

MGA TAGUBILIN:
Sa isang mangkok, pagsamahin ang gadgad na sibuyas, tinadtad na bawang, yogurt, olive oil, ground cumin, ground coriander, paprika, turmeric, cinnamon, allspice, asin, black pepper, at lemon juice. Haluing mabuti para makabuo ng makinis na marinade.
Gupitin ang mga hita ng manok sa manipis na piraso.
Idagdag ang mga piraso ng manok sa pag-atsara, siguraduhin na ang bawat piraso ay mahusay na pinahiran.
Takpan ang mangkok at hayaang mag-marinate ang manok sa refrigerator nang hindi bababa sa 2 oras, o magdamag para sa maximum na lasa.
Painitin muna ang iyong oven sa 425°F (220°C).

I-thread ang marinated chicken strips sa mga skewer o ilagay sa baking sheet na nilagyan ng parchment paper.
Maghurno sa preheated oven ng mga 20-25 minuto o hanggang sa maluto ang manok at magkaroon ng magandang char sa mga gilid.
Painitin ang pita bread o flatbreads.
Ikalat ang maraming dami ng tzatziki sauce o garlic sauce sa bawat tinapay.
Ilagay ang isang bahagi ng nilutong manok sa ibabaw ng sarsa.
Magdagdag ng mga hiniwang kamatis, pipino, litsugas, at atsara.
Pagulungin ang tinapay sa paligid ng mga palaman, na lumikha ng isang pambalot o sandwich.
Ihain kaagad ang Lebanese Chicken Shawarma.

32. Falafel Pita Sandwich na may Tahini Sauce

MGA INGREDIENTS:
- 12 frozen na falafel
- ¼ tasa tahini
- ¼ tasa ng tubig
- 2 kutsarang lemon juice
- 2 cloves ng bawang, tinadtad
- ¼ kutsarita ng ground paprika
- 6 buong trigo pitas
- 1 ulo litsugas, ginutay-gutay
- 1 kamatis, gupitin sa manipis na mga wedge
- ½ pipino, binalatan at hiniwa
- 1 low-sodium dill pickle, hiniwa
- ¼ maliit na pulang sibuyas, hiniwa ng manipis
- 3 kutsarita ng harissa, o sa panlasa (Opsyonal)

MGA TAGUBILIN:
a) Painitin muna ang oven sa 450 degrees F (230 degrees C). Ilagay ang falafel sa isang baking sheet.
b) Ihurno ang falafel sa preheated oven hanggang sa uminit, 8 hanggang 10 minuto.
c) Habang nagluluto ang falafel, haluin ang tahini, tubig, lemon juice, tinadtad na bawang, at paprika sa isang mangkok.
d) Gupitin ang tungkol sa 1 pulgada mula sa tuktok ng bawat pita upang bumuo ng isang bulsa.
e) Magdagdag ng 2 falafel sa bawat pita, kasama ang pantay na dami ng lettuce, kamatis, pipino, atsara, at pulang sibuyas.
f) Ibuhos ang bawat pita sandwich na may humigit-kumulang 1 kutsara ng tahini sauce.
g) Opsyonal, magdagdag ng harissa para sa dagdag na sipa, pagsasaayos ng dami sa panlasa.
h) Ihain kaagad ang Falafel Pita Sandwiches habang mainit ang mga ito at tamasahin ang timpla ng mga lasa.

33. Lamb-Stuffed Quince na may Pomegranate at Cilantro

MGA INGREDIENTS:
- 14 oz / 400 g giniling na tupa
- 1 sibuyas na bawang, durog
- 1 pulang sili, tinadtad
- ⅔ oz / 20 g cilantro, tinadtad, kasama ang 2 tbsp, upang palamuti
- ½ tasa / 50 g mumo ng tinapay
- 1 tsp ground allspice
- 2 kutsarang pinong gadgad na sariwang luya
- 2 katamtamang sibuyas, pinong tinadtad (1⅓ tasa / 220 g sa kabuuan)
- 1 malaking free-range na itlog
- 4 quince (2¾ lb / 1.3 kg sa kabuuan)
- juice ng ½ lemon, kasama ang 1 kutsarang sariwang kinatas na lemon juice
- 3 kutsarang langis ng oliba
- 8 cardamom pods
- 2 tsp molasses ng granada
- 2 tsp asukal
- 2 tasa / 500 ML stock ng manok
- buto ng ½ granada
- asin at sariwang giniling na itim na paminta

MGA TAGUBILIN:
a) Ilagay ang tupa sa isang mangkok ng paghahalo kasama ang bawang, sili, cilantro, mumo ng tinapay, allspice, kalahati ng luya, kalahati ng sibuyas, itlog, ¾ kutsarita ng asin, at ilang paminta. Haluing mabuti gamit ang iyong mga kamay at itabi.

b) Balatan ang halaman ng kwins at hatiin ang mga ito nang pahaba. Ilagay ang mga ito sa isang mangkok ng malamig na tubig na may katas ng ½ lemon upang hindi sila maging kayumanggi. Gumamit ng melon baller o maliit na kutsara upang alisin ang mga buto at pagkatapos ay lagyan ng laman ang mga kalahati ng quince upang ikaw ay may ⅔-pulgada / 1.5cm na shell. Panatilihin ang scooped-out na laman. Punan ang mga hollow ng lamb mix, gamit ang iyong mga kamay upang itulak ito pababa.

c) Init ang langis ng oliba sa isang malaking kawali kung saan mayroon kang takip. Ilagay ang nakareserbang laman ng halaman ng kwins sa isang food processor, blitz upang tumaga ng mabuti, at pagkatapos ay ilipat ang timpla sa kawali kasama ang natitirang sibuyas, luya, at mga cardamom pod. Igisa ng 10 hanggang 12 minuto, hanggang lumambot ang sibuyas. Idagdag ang pulot, ang 1 kutsarang lemon juice, asukal, stock, ½ kutsarita ng asin, at ilang itim na paminta at haluing mabuti. Idagdag ang halves ng halaman ng kwins sa sarsa, na ang palaman ng karne ay nakaharap sa itaas, ibaba ang apoy sa banayad na kumulo, takpan ang kawali, at lutuin ng mga 30 minuto. Sa dulo ang halaman ng kwins ay dapat na ganap na malambot, ang karne ay mahusay na niluto, at ang sarsa ay makapal. Itaas ang takip at kumulo ng isa o dalawa para mabawasan ang sarsa kung kinakailangan.
d) Ihain nang mainit-init o sa temperatura ng silid, binudburan ng cilantro at mga buto ng granada.

34.Baliktad (Maqluba)

MGA INGREDIENTS:
- 7 tasang tubig
- 2 sibuyas, tinadtad
- 1 kutsarang tinadtad na bawang
- 1 kutsarita ng giniling na kanela
- 1 kutsaritang giniling na turmerik
- 2 kutsarita garam masala
- Salt at ground black pepper, sa panlasa
- 2 tasang mantika
- 2 tasa ng karne ng tupa, gupitin sa maliliit na piraso
- 1 malaking talong, gupitin sa 3/4-pulgada na hiwa
- 2 zucchini, gupitin sa 1/4-pulgada na hiwa
- 1 tasang broccoli
- 1 tasang cauliflower
- 1 ½ tasang jasmine rice
- 1 (16 onsa) na lalagyan ng plain yogurt

MGA TAGUBILIN:
a) Sa isang malaking palayok, magdala ng tubig, tinadtad na mga sibuyas, tinadtad na bawang, giniling na kanela, giniling na turmerik, garam masala, asin, at paminta sa pigsa.

b) Idagdag ang tupa sa kumukulong timpla, bawasan ang init sa mababang, at kumulo sa loob ng 15 hanggang 20 minuto.

c) Ihiwalay ang tupa sa likido at itabi. Ilipat ang likido sa isang mangkok.

d) Init ang mantika sa isang malaki at malalim na kawali sa katamtamang init.

e) Iprito ang mga hiwa ng talong hanggang kayumanggi sa magkabilang panig, pagkatapos ay alisin upang matuyo sa mga tuwalya ng papel.

f) Ulitin ang proseso ng pagprito para sa zucchini at cauliflower. Magluto ng broccoli sa mantika hanggang mainit, pagkatapos ay patuyuin sa mga tuwalya ng papel.

g) Ilagay ang tupa sa ilalim ng malaking palayok.

h) Ayusin ang piniritong talong, zucchini, broccoli, at cauliflower sa ibabaw ng tupa sa mga layer.

i) Ibuhos ang jasmine rice sa ibabaw ng karne at mga gulay, nanginginig ang kaldero nang malumanay upang tumira ang kanin.
j) Ibuhos ang nakareserbang likido sa pagluluto mula sa tupa sa pinaghalong hanggang ganap na matakpan. Magdagdag ng tubig kung kinakailangan.
k) Takpan ang kaldero at kumulo sa mahinang apoy hanggang sa lumambot ang bigas at masipsip ang likido, humigit-kumulang 30 hanggang 45 minuto.
l) Alisin ang takip mula sa palayok.
m) Maglagay ng malaking pinggan sa ibabaw ng palayok at i-flip ang palayok upang ang ulam ay "baligtad" sa pinggan.
n) Ihain na may yogurt sa gilid.

35. Beef at Quince

MGA INGREDIENTS:
- 1 kg na karne
- 2 tsp Garlic paste
- 2 kg halaman ng kwins
- 1 tsp Asukal
- 1 ltr Maasim na katas ng granada
- 2 tsp Mint (pinong tinadtad)
- 5 tsp tomato paste
- 1 tsp Asin

MGA TAGUBILIN:
a) Gupitin ang karne sa mga katamtamang piraso at ilagay ito sa isang kasirola. Lagyan ng tubig at hayaang maluto ng mabuti sa medium heat.
b) Idagdag ang lahat ng mga sangkap sa kasirola maliban sa halaman ng kwins at hayaan silang maluto nang maayos.
c) Gupitin ang halaman ng kwins sa mga medium na piraso at idagdag ang mga ito sa kasirola.
d) Kapag naluto na, ihain sa plato, mas mabuti na may kasamang puting kanin bilang side dish.

36. Baharat Chicken and Rice

MGA INGREDIENTS:
BAHARAT SPICE BLEND:
- 1 ½ kutsarang malakas na paprika
- 1 kutsarang ground black pepper
- 1 kutsarang kumin
- ¾ kutsarang giniling na kulantro
- ¾ kutsarang ground loomi (pinatuyong kalamansi)
- ½ kutsarang sumac powder
- ¼ kutsarang giniling na kanela
- ¼ kutsarang giniling na mga clove
- ¼ kutsarang giniling na nutmeg
- 5 berdeng cardamom pods, durog
- 2 itim na cardamom pods, durog

MANOK AT KANIN:
- ½ bungkos ng sariwang cilantro
- 2 kutsarang langis ng oliba
- ½ sariwang lemon, tinadtad
- 2 hita ng manok
- 2 paa ng manok
- 1 dibdib ng manok
- 1 ½ tasang brown basmati rice
- ¼ tasang hilaw na kasoy
- ¼ tasa ng shelled raw almonds
- ¼ tasang gintong pasas
- ⅛ tasa ng shelled raw pistachio nuts
- 2 kutsarita ng langis ng oliba
- 1 bawang, hiniwa
- 1 tasang sabaw ng manok

MGA TAGUBILIN:
MAGHANDA NG SPICE BLEND:
a) Paghaluin ang paprika, black pepper, cumin, coriander, loomi, sumac, cinnamon, cloves, nutmeg, green cardamom, at black cardamom sa isang medium bowl. Itabi.

MARINATE CHICKEN:
b) Sa isang resealable na plastic bag, pagsamahin ang cilantro, 2 kutsarang olive oil, lemon juice, at 1 kutsara ng spice blend.

c) Idagdag ang mga hita, binti, at dibdib ng manok sa bag. I-seal at iling para mabalutan. I-marinate sa refrigerator ng hindi bababa sa 4 na oras.

MAGHANDA NG HALONG BIGAS:

d) Ilagay ang bigas sa isang malaking mangkok, takpan ng tubig, at ibabad nang hindi bababa sa 1 oras.
e) Alisan ng tubig at banlawan ang kanin, pagkatapos ay ibalik ito sa mangkok. Magdagdag ng kasoy, almendras, pasas, at pistachio sa bigas. Haluin ang 1 kutsara ng timpla ng pampalasa at haluing mabuti. Itabi.
f) Painitin muna ang oven sa 375 degrees F (190 degrees C).
g) Init ang 2 kutsarita ng langis ng oliba sa isang Dutch oven o tagine sa katamtamang init. Magluto at haluin ang shallot hanggang translucent, 1 hanggang 3 minuto. Patayin ang init.
h) Haluin ang pinaghalong kanin hanggang sa maayos na pagsamahin.

MAGTITIPON AT MAGBABA:

i) Alisin at itapon ang cilantro sa bag na may manok.
j) Ibuhos ang adobong manok sa ibabaw ng pinaghalong bigas sa Dutch oven.
k) Ibuhos ang sabaw ng manok sa nakareserbang bag, iling dahan-dahan, at ibuhos sa manok at kanin.
l) Takpan ang Dutch oven at maghurno sa preheated oven hanggang sa lumambot ang kanin, at ang manok ay ganap na maluto (mga 75 minuto).
m) Ang isang instant-read thermometer na ipinasok sa gitna ng manok ay dapat magbasa ng hindi bababa sa 165 degrees F (74 degrees C).

37. Inihaw na Kamote at Sariwang Igos

MGA INGREDIENTS:
- 4 na maliliit na kamote (2¼ lb / 1 kg sa kabuuan)
- 5 kutsarang langis ng oliba
- 3 tbsp / 40 ml balsamic vinegar (maaari kang gumamit ng komersyal sa halip na isang premium na may edad na grado)
- 1½ tbsp / 20 g superfine sugar
- 12 berdeng sibuyas, hinati nang pahaba at gupitin sa 1½-in / 4cm na mga segment
- 1 pulang sili, hiniwa ng manipis
- 6 na hinog na igos (8½ oz / 240 g sa kabuuan), quartered
- 5 oz / 150 g malambot na keso ng gatas ng kambing (opsyonal)
- Maldon sea salt at freshly ground black pepper

MGA TAGUBILIN:

a) Painitin muna ang oven sa 475°F / 240°C.
b) Hugasan ang mga kamote, hatiin ang mga ito nang pahaba, at pagkatapos ay gupitin muli ang bawat kalahati sa 3 mahabang wedges. Paghaluin ang 3 kutsara ng langis ng oliba, 2 kutsarita ng asin, at ilang itim na paminta. Ikalat ang wedges, balat pababa, sa isang baking sheet at lutuin ng mga 25 minuto, hanggang malambot ngunit hindi malambot. Alisin sa oven at hayaang lumamig.
c) Upang gawin ang balsamic reduction, ilagay ang balsamic vinegar at asukal sa isang maliit na kasirola. Pakuluan, pagkatapos ay bawasan ang apoy at kumulo ng 2 hanggang 4 na minuto, hanggang sa lumapot. Siguraduhing alisin ang kawali mula sa init kapag ang suka ay mas runnier pa kaysa sa pulot; ito ay patuloy na magpapalapot habang ito ay lumalamig. Haluin ang isang patak ng tubig bago ihain kung ito ay masyadong makapal para tumulo.
d) Ayusin ang kamote sa isang serving platter. Init ang natitirang mantika sa katamtamang kasirola sa katamtamang init at idagdag ang berdeng sibuyas at sili. Magprito sa loob ng 4 hanggang 5 minuto, hinahalo nang madalas upang matiyak na hindi masunog ang chile. Kutsara ang mantika, sibuyas, at sili sa ibabaw ng kamote. Idikit ang mga igos sa pagitan ng mga wedges at pagkatapos ay ibuhos ang balsamic reduction. Ihain sa temperatura ng kuwarto. Durugin ang keso sa ibabaw, kung gagamit.

38.Ang mataba ni Na'ama

MGA INGREDIENTS:
- 1 tasa / 200 g Greek yogurt at ¾ tasa plus 2 tbsp / 200 ml buong gatas, o 1⅔ tasa / 400 ml buttermilk (pinapalitan ang yogurt at gatas)
- 2 malaking lipas na Turkish flatbread o naan (9 oz / 250 g sa kabuuan)
- 3 malalaking kamatis (13 oz / 380 g sa kabuuan), gupitin sa ⅔-pulgada / 1.5cm na dice
- 3½ oz / 100 g labanos, hiniwa nang manipis
- 3 Lebanese o mini cucumber (9 oz / 250 g sa kabuuan), binalatan at tinadtad sa ⅔-pulgada / 1.5cm na dice
- 2 berdeng sibuyas, hiniwa nang manipis
- ½ oz / 15 g sariwang mint
- 1 oz / 25 g flat-leaf parsley, tinadtad nang magaspang
- 1 kutsarang pinatuyong mint
- 2 cloves bawang, durog
- 3 kutsarang sariwang kinatas na lemon juice
- ¼ tasa / 60 ML ng langis ng oliba, dagdag pa sa pag-ambon
- 2 tbsp cider o white wine vinegar
- ¾ tsp sariwang giniling na itim na paminta
- 1½ tsp asin
- 1 tbsp sumac o higit pa sa panlasa, upang palamutihan

MGA TAGUBILIN:
a) Kung gumagamit ng yogurt at gatas, magsimula nang hindi bababa sa 3 oras at hanggang isang araw nang maaga sa pamamagitan ng paglalagay ng pareho sa isang mangkok. Haluing mabuti at iwanan sa isang malamig na lugar o sa refrigerator hanggang sa mabuo ang mga bula sa ibabaw. Ang makukuha mo ay isang uri ng lutong bahay na buttermilk, ngunit hindi gaanong maasim.
b) Hatiin ang tinapay sa kagat-laki ng mga piraso at ilagay sa isang malaking mangkok ng paghahalo. Idagdag ang iyong pinaghalong fermented yogurt o commercial buttermilk, na sinusundan ng iba pang sangkap, haluing mabuti, at mag-iwan ng 10 minuto para magsama ang lahat ng lasa.
c) Ilagay ang fattoush sa mga serving bowl, lagyan ng kaunting olive oil, at palamutihan ng sumac.

39. Inihaw na talong na may pritong sibuyas

MGA INGREDIENTS:
- 2 malalaking talong, hinati nang pahaba nang nakabukas ang tangkay (mga 1⅔ lb / 750 g sa kabuuan)
- ⅔ tasa / 150 ML ng langis ng oliba
- 4 na sibuyas (mga 1¼ lb / 550 g sa kabuuan), hiniwa nang manipis
- 1½ berdeng sili
- 1½ tsp ground cumin
- 1 tsp sumac
- 1¾ oz / 50 g feta cheese, hinati sa malalaking tipak
- 1 katamtamang lemon
- 1 sibuyas na bawang, durog
- asin at sariwang giniling na itim na paminta

MGA TAGUBILIN:
a) Painitin muna ang oven sa 425°F / 220°C.
b) Markahan ang cut side ng bawat talong na may pattern na crisscross. I-brush ang mga ginupit na gilid na may 6½ tbsp / 100 ml ng mantika at iwiwisik ng maraming asin at paminta. Ilagay sa isang baking sheet, gupitin ang gilid, at inihaw sa oven sa loob ng mga 45 minuto, hanggang ang laman ay maging ginintuang kayumanggi at ganap na maluto.
c) Habang iniihaw ang mga talong, idagdag ang natitirang mantika sa isang malaking kawali at ilagay sa mataas na apoy. Idagdag ang mga sibuyas at ½ kutsarita ng asin at lutuin ng 8 minuto, haluin nang madalas, upang ang mga bahagi ng sibuyas ay maging talagang madilim at malutong. I-seed at i-chop ang mga chiles, pinapanatili ang buong isa na hiwalay sa kalahati. Idagdag ang ground cumin, sumac, at ang buong tinadtad na sili at lutuin ng karagdagang 2 minuto bago idagdag ang feta. Magluto para sa isang huling minuto, hindi gaanong gumalaw, pagkatapos ay alisin mula sa apoy.
d) Gumamit ng isang maliit na may ngipin na kutsilyo upang alisin ang balat at ubod ng lemon. Hiwain nang magaspang ang laman, itapon ang mga buto, at ilagay ang laman at anumang katas sa isang mangkok na may natitirang ½ sili at bawang.
e) Ipunin ang ulam sa sandaling handa na ang mga talong. Ilipat ang mga inihaw na halves sa isang serving dish at sandok ang lemon sauce sa ibabaw ng laman. Painitin ng kaunti ang mga sibuyas at sandok. Ihain nang mainit o itabi upang makarating sa temperatura ng silid.

40.Inihaw na butternut squash na may za'atar

MGA INGREDIENTS:
- 1 malaking butternut squash (2½ lb / 1.1 kg sa kabuuan), gupitin sa ¾ by 2½-inch / 2 by 6cm wedges
- 2 pulang sibuyas, gupitin sa 1¼-inch / 3cm wedges
- 3½ kutsara / 50 ML ng langis ng oliba
- 3½ kutsarang light tahini paste
- 1½ kutsarang lemon juice
- 2 kutsarang tubig
- 1 maliit na sibuyas na bawang, durog
- 3½ kutsara / 30 g ng mga pine nuts
- 1 kutsara ng za'atar
- 1 kutsarang tinadtad na flat-leaf parsley
- Maldon sea salt at freshly ground black pepper

MGA TAGUBILIN:

a) Painitin muna ang oven sa 475°F / 240°C.
b) Ilagay ang kalabasa at sibuyas sa isang malaking mangkok ng paghahalo, magdagdag ng 3 kutsara ng mantika, 1 kutsarita ng asin, at ilang itim na paminta at ihalo nang mabuti. Ikalat sa isang baking sheet na ang balat ay nakaharap pababa at inihaw sa oven sa loob ng 30 hanggang 40 minuto, hanggang sa ang mga gulay ay kumuha ng ilang kulay at maluto. Pagmasdan ang mga sibuyas dahil maaaring mas mabilis itong maluto kaysa sa kalabasa at kailangang alisin nang mas maaga. Alisin mula sa oven at hayaang lumamig.
c) Upang gawin ang sarsa, ilagay ang tahini sa isang maliit na mangkok kasama ang lemon juice, tubig, bawang, at ¼ kutsarita ng asin. Haluin hanggang ang sarsa ay maging pare-pareho ng pulot, magdagdag ng mas maraming tubig o tahini kung kinakailangan.
d) Ibuhos ang natitirang 1½ kutsarita ng mantika sa isang maliit na kawali at ilagay sa medium-low heat. Idagdag ang mga pine nuts kasama ang ½ kutsarita ng asin at lutuin ng 2 minuto, haluin nang madalas, hanggang sa maging golden brown ang mga mani. Alisin mula sa apoy at ilipat ang mga mani at mantika sa isang maliit na mangkok upang ihinto ang pagluluto.
e) Upang ihain, ikalat ang mga gulay sa isang malaking serving platter at ibuhos ang tahini. Budburan ang mga pine nuts at ang kanilang langis sa itaas, na sinusundan ng za'atar at perehil.

41. Fava Bean Kuku

MGA INGREDIENTS:
- 1 lb / 500 g fava beans, sariwa o frozen
- 5 tbsp / 75 ML ng tubig na kumukulo
- 2 kutsarang superfine na asukal
- 5 tbsp / 45 g pinatuyong barberry
- 3 tbsp mabigat na cream
- ¼ tsp na sinulid ng safron
- 2 tbsp malamig na tubig
- 5 kutsarang langis ng oliba
- 2 medium na sibuyas, pinong tinadtad
- 4 cloves na bawang, durog
- 7 malalaking free-range na itlog
- 1 kutsarang all-purpose na harina
- ½ tsp baking powder
- 1 tasa / 30 g dill, tinadtad
- ½ tasa / 15 g mint, tinadtad
- asin at sariwang giniling na itim na paminta

MGA TAGUBILIN:
a) Painitin muna ang oven sa 350°F / 180°C. Ilagay ang fava beans sa isang kawali na may maraming tubig na kumukulo. Pakuluan ng 1 minuto, alisan ng tubig, i-refresh sa ilalim ng malamig na tubig, at itabi.

b) Ibuhos ang 5 tbsp / 75 ml na kumukulong tubig sa isang medium na mangkok, idagdag ang asukal, at pukawin upang matunaw. Kapag ang syrup na ito ay malambot, idagdag ang mga barberry at iwanan ang mga ito ng mga 10 minuto, pagkatapos ay alisan ng tubig.

c) Pakuluan ang cream, safron, at malamig na tubig sa isang maliit na kasirola. Agad na alisin mula sa apoy at itabi sa loob ng 30 minuto upang ma-infuse.

d) Mag-init ng 3 kutsara ng langis ng oliba sa katamtamang init sa isang 10-pulgada / 25cm na nonstick, ovenproof na kawali kung saan mayroon kang takip. Idagdag ang mga sibuyas at lutuin ng mga 4 na minuto, paminsan-minsang pagpapakilos, pagkatapos ay idagdag ang bawang at lutuin at pukawin ng karagdagang 2 minuto. Haluin ang fava beans at itabi.

e) Talunin ng mabuti ang mga itlog sa isang malaking mixing bowl hanggang mabula. Idagdag ang harina, baking powder, saffron cream, herbs, 1½ kutsarita ng asin, at ½ kutsarita ng paminta at haluing mabuti. Panghuli, ihalo ang mga barberry at ang fava beans at onion mix.

f) Punasan ang kawali na malinis, idagdag ang natitirang langis ng oliba, at ilagay sa oven sa loob ng 10 minuto upang uminit ng mabuti. Ibuhos ang pinaghalong itlog sa mainit na kawali, takpan ang takip, at maghurno ng 15 minuto. Alisin ang takip at maghurno para sa isa pang 20 hanggang 25 minuto, hanggang sa ang mga itlog ay itakda lamang. Alisin mula sa oven at hayaang magpahinga ng 5 minuto, bago i-invert sa isang serving platter. Ihain nang mainit o sa temperatura ng kuwarto.

Hilaw na Artichoke at Herb Salad

42. Lemony leek meatballs

MGA INGREDIENTS:
- 6 na malalaking trimmed leeks (mga 1¾ lb / 800 g sa kabuuan)
- 9 oz / 250 g giniling na karne ng baka
- 1 tasa / 90 g mumo ng tinapay
- 2 malaking free-range na itlog
- 2 kutsarang langis ng mirasol
- ¾ hanggang 1¼ tasa / 200 hanggang 300 ml na stock ng manok
- ⅓ tasa / 80 ml sariwang kinatas na lemon juice (mga 2 lemon)
- ⅓ tasa / 80 g Greek yogurt
- 1 kutsarang pinong tinadtad na flat-leaf parsley
- asin at sariwang giniling na itim na paminta

MGA TAGUBILIN:

a) Gupitin ang mga leeks sa ¾-pulgada / 2cm na hiwa at i-steam ang mga ito nang humigit-kumulang 20 minuto, hanggang sa ganap na lumambot. Alisan ng tubig at hayaang lumamig, pagkatapos ay pisilin ang anumang natitirang tubig gamit ang isang tea towel. Iproseso ang mga leeks sa isang food processor sa pamamagitan ng pagpintig ng ilang beses hanggang sa mahusay na tinadtad ngunit hindi malambot. Ilagay ang mga leeks sa isang malaking mangkok ng paghahalo, kasama ang karne, mga mumo ng tinapay, mga itlog, 1¼ kutsarita ng asin, at 1 kutsarita ng itim na paminta. Buuin ang halo sa mga flat patties, humigit-kumulang 2¾ by ¾ inches / 7 by 2 cm—dapat itong maging 8. Palamigin sa loob ng 30 minuto.

b) Init ang mantika sa katamtamang init sa isang malaki at mabigat na ilalim na kawali kung saan mayroon kang takip. Igisa ang mga patties sa magkabilang panig hanggang sa ginintuang kayumanggi; ito ay maaaring gawin sa mga batch kung kinakailangan.

c) Punasan ang kawali gamit ang isang tuwalya ng papel at pagkatapos ay ilagay ang mga bola-bola sa ilalim, bahagyang magkakapatong kung kinakailangan. Ibuhos ang sapat na stock hanggang halos, ngunit hindi masyadong takpan ang mga patties. Idagdag ang lemon juice at ½ kutsarita ng asin. Pakuluan, pagkatapos ay takpan at kumulo ng dahan-dahan sa loob ng 30 minuto. Alisin ang takip at lutuin ng ilang minuto, kung kinakailangan, hanggang sa halos lahat ng likido ay sumingaw. Alisin ang kawali mula sa apoy at itabi upang lumamig.

d) Ihain ang mga bola-bola na mainit-init lamang o sa temperatura ng silid, na may isang maliit na piraso ng yogurt at isang sprinkle ng perehil.

43. Chermoula Eggplant na may Bulgur at Yogurt

MGA INGREDIENTS:
- 2 cloves bawang, durog
- 2 tsp ground cumin
- 2 tsp ground coriander
- 1 tsp chile flakes
- 1 tsp matamis na paprika
- 2 kutsarang pinong tinadtad na napreserbang balat ng lemon (binili sa tindahan o tingnan ang recipe)
- ⅔ tasa / 140 ML ng langis ng oliba, dagdag pa para matapos
- 2 medium na talong
- 1 tasa / 150 g pinong bulgur
- ⅔ tasa / 140 ML ng tubig na kumukulo
- ⅓ tasa / 50 g gintong pasas
- 3½ kutsara / 50 ML ng maligamgam na tubig
- ⅓ oz / 10 g cilantro, tinadtad, dagdag pa para matapos
- ⅓ oz / 10 g mint, tinadtad
- ⅓ tasa / 50 g pitted green olives, hinati
- ⅓ tasa / 30 g hiniwang almond, inihaw
- 3 berdeng sibuyas, tinadtad
- 1½ kutsarang sariwang kinatas na lemon juice
- ½ tasa / 120 g Greek yogurt
- asin

MGA TAGUBILIN:
a) Painitin muna ang oven sa 400°F / 200°C.
b) Upang gawin ang chermoula, ihalo sa isang maliit na mangkok ang bawang, kumin, kulantro, chile, paprika, napreserbang lemon, dalawang-katlo ng langis ng oliba, at ½ kutsarita ng asin.
c) Gupitin ang mga eggplants sa kalahating pahaba. Markahan ang laman ng bawat kalahati ng malalim, dayagonal na crisscross na mga marka, siguraduhing hindi mabutas ang balat. Kutsara ang chermoula sa bawat kalahati, ikalat ito nang pantay-pantay, at ilagay sa isang baking sheet na hiwa sa gilid. Ilagay sa oven at igisa sa loob ng 40 minuto, o hanggang sa ganap na lumambot ang mga talong.
d) Samantala, ilagay ang bulgur sa isang malaking mangkok at takpan ng kumukulong tubig.

e) Ibabad ang mga pasas sa maligamgam na tubig. Pagkatapos ng 10 minuto, alisan ng tubig ang mga pasas at idagdag ang mga ito sa bulgur, kasama ang natitirang langis. Idagdag ang mga damo, olibo, almendras, berdeng sibuyas, lemon juice, at isang pakurot ng asin at pukawin upang pagsamahin. Tikman at magdagdag ng higit pang asin kung kinakailangan.

f) Ihain ang mga talong nang mainit o sa temperatura ng silid. Maglagay ng ½ talong, gupitin sa gilid, sa bawat indibidwal na plato. Sandok ang bulgur sa itaas, na nagpapahintulot sa ilan na mahulog mula sa magkabilang panig. Kutsara sa ibabaw ng ilang yogurt, budburan ng cilantro, at tapusin na may kaunting mantika.

44.Pritong cauliflower na may tahini

MGA INGREDIENTS:
- 2 tasa / 500 ML ng langis ng mirasol
- 2 medium heads cauliflower (2¼ lb / 1 kg sa kabuuan), nahahati sa maliliit na florets
- 8 berdeng sibuyas, bawat isa ay nahahati sa 3 mahabang segment
- ¾ tasa / 180 g light tahini paste
- 2 cloves bawang, durog
- ¼ tasa / 15 g flat-leaf parsley, tinadtad
- ¼ tasa / 15 g tinadtad na mint, dagdag pa para matapos
- ⅔ tasa / 150 g Greek yogurt
- ¼ tasa / 60ml sariwang kinatas na lemon juice, kasama ang grated zest ng 1 lemon
- 1 tsp molasses ng granada, dagdag pa para matapos
- humigit-kumulang ¾ tasa / 180 ML ng tubig
- Maldon sea salt at freshly ground black pepper

MGA TAGUBILIN:

a) Init ang langis ng mirasol sa isang malaking kasirola na inilagay sa medium-high heat. Gamit ang isang pares ng metal na sipit o isang metal na kutsara, maingat na maglagay ng ilang cauliflower florets nang paisa-isa sa mantika at lutuin ang mga ito sa loob ng 2 hanggang 3 minuto, paikutin ang mga ito upang pantay ang kulay. Kapag ginintuang kayumanggi, gumamit ng slotted na kutsara upang iangat ang mga bulaklak sa isang colander upang maubos. Budburan ng kaunting asin. Magpatuloy sa mga batch hanggang sa matapos mo ang lahat ng cauliflower. Susunod, iprito ang mga berdeng sibuyas sa mga batch ngunit sa loob lamang ng 1 minuto. Idagdag sa cauliflower. Hayaang lumamig ng kaunti ang dalawa.

b) Ibuhos ang tahini paste sa isang malaking mangkok ng paghahalo at idagdag ang bawang, tinadtad na damo, yogurt, lemon juice at zest, granada molasses, at ilang asin at paminta. Haluing mabuti gamit ang isang kahoy na kutsara habang idinadagdag mo ang tubig. Ang tahini sauce ay magpapalapot at pagkatapos ay lumuwag habang nagdaragdag ka ng tubig. Huwag magdagdag ng labis, sapat lamang upang makakuha ng isang makapal, ngunit makinis, maibuhos na pagkakapare-pareho, medyo tulad ng pulot.

c) Idagdag ang cauliflower at berdeng sibuyas sa tahini at haluing mabuti. Tikman at ayusin ang pampalasa. Baka gusto mo ring magdagdag ng higit pang lemon juice.
d) Upang ihain, sandok sa isang serving bowl at tapusin ng ilang patak ng granada molasses at ilang mint.

45.Swiss Chard na may Tahini, Yogurt at Pine Nuts

MGA INGREDIENTS:
- 2¾ lb / 1.3 kg Swiss chard
- 2½ kutsara / 40 g unsalted butter
- 2 kutsarang langis ng oliba, dagdag pa para matapos
- 5 kutsara / 40 g ng mga pine nuts
- 2 maliit na clove ng bawang, hiniwa nang napakanipis
- ¼ tasa / 60 ML dry white wine
- matamis na paprika, upang palamutihan (opsyonal)
- asin at sariwang giniling na itim na paminta

TAHINI at YOGURT SAUCE
- 3½ tbsp / 50 g light tahini paste
- 4½ kutsara / 50 g Greek yogurt
- 2 kutsarang sariwang kinatas na lemon juice
- 1 sibuyas na bawang, durog
- 2 kutsarang tubig

MGA TAGUBILIN:

a) Magsimula sa sarsa. Ilagay ang lahat ng mga sangkap sa isang daluyan na mangkok, magdagdag ng isang pakurot ng asin, at haluing mabuti gamit ang isang maliit na whisk hanggang sa makakuha ka ng isang makinis, semistiff paste. Itabi.

b) Gumamit ng isang matalim na kutsilyo upang paghiwalayin ang mga puting tangkay ng chard mula sa berdeng mga dahon at gupitin ang dalawa sa mga hiwa na ¾ pulgada / 2 cm ang lapad, pinapanatili silang magkahiwalay. Pakuluan ang isang malaking kawali ng inasnan na tubig at idagdag ang mga tangkay ng chard. Pakuluan ng 2 minuto, idagdag ang mga dahon, at lutuin ng isa pang minuto. Patuyuin at banlawan ng mabuti sa ilalim ng malamig na tubig. Hayaang maubos ang tubig at pagkatapos ay gamitin ang iyong mga kamay upang pisilin ang chard hanggang sa ganap itong matuyo.

c) Ilagay ang kalahati ng mantikilya at ang 2 kutsarang langis ng oliba sa isang malaking kawali at ilagay sa katamtamang init. Kapag mainit, idagdag ang mga pine nuts at ihagis ang mga ito sa kawali hanggang sa ginintuang, mga 2 minuto. Gumamit ng slotted na kutsara upang alisin ang mga ito mula sa kawali, pagkatapos ay ihagis ang bawang. Magluto ng halos isang minuto, hanggang sa magsimula itong maging ginintuang.

Maingat (ito ay dumura!) Ibuhos ang alak. Mag-iwan ng isang minuto o mas kaunti, hanggang sa bumaba ito sa halos isang-katlo. Idagdag ang chard at ang natitirang mantikilya at lutuin sa loob ng 2 hanggang 3 minuto, paminsan-minsang pagpapakilos, hanggang sa maging mainit ang chard. Timplahan ng ½ kutsarita ng asin at ilang itim na paminta.

d) Hatiin ang chard sa mga indibidwal na serving bowl, sandok ng tahini sauce sa ibabaw, at ikalat ang mga pine nuts. Panghuli, ibuhos ang langis ng oliba at budburan ng kaunting paprika, kung gusto mo.

46. Kofta B'siniyah

MGA INGREDIENTS:
- ⅔ tasa / 150 g light tahini paste
- 3 kutsarang sariwang kinatas na lemon juice
- ½ tasa / 120 ML ng tubig
- 1 katamtamang sibuyas na bawang, durog
- 2 kutsarang langis ng mirasol
- 2 tbsp / 30 g unsalted butter o ghee (opsyonal)
- toasted pine nuts, para palamuti
- pinong tinadtad na flat-leaf perehil, upang palamutihan
- matamis na paprika, upang palamutihan
- asin

KOFTA
- 14 oz / 400 g giniling na tupa
- 14 oz / 400 g ground veal o karne ng baka
- 1 maliit na sibuyas (mga 5 oz / 150 g), makinis na tinadtad
- 2 malalaking clove ng bawang, durog
- 7 tbsp / 50 g toasted pine nuts, tinadtad nang magaspang
- ½ tasa / 30 g pinong tinadtad na flat-leaf parsley
- 1 malaking katamtamang mainit na pulang sili, may binhi at pinong tinadtad
- 1½ tsp ground cinnamon
- 1½ tsp ground allspice
- ¾ tsp gadgad na nutmeg
- 1½ tsp sariwang giniling na itim na paminta
- 1½ tsp asin

MGA TAGUBILIN:
a) Ilagay ang lahat ng sangkap ng kofta sa isang mangkok at gamitin ang iyong mga kamay upang ihalo nang mabuti ang lahat. Ngayon, hubugin ang mga daliri na mahaba, parang torpedo, humigit-kumulang 3¼ pulgada / 8 cm ang haba (mga 2 oz / 60 g bawat isa). Pindutin ang halo upang i-compress ito at matiyak na ang bawat kofta ay masikip at pinapanatili ang hugis nito. Ayusin sa isang plato at palamigin hanggang handa ka nang lutuin ang mga ito, hanggang sa 1 araw.

b) Painitin muna ang oven sa 425°F / 220°C. Sa isang medium na mangkok, haluin ang tahini paste, lemon juice, tubig, bawang, at ¼ kutsarita ng asin. Ang sarsa ay dapat na medyo runnier kaysa sa pulot; magdagdag ng 1 hanggang 2 kutsarang tubig kung kinakailangan.

c) Init ang mantika ng mirasol sa isang malaking kawali sa sobrang init at igisa ang kofta. Gawin ito sa mga batch para hindi sila masikip. Igisa ang mga ito sa lahat ng panig hanggang sa ginintuang kayumanggi, mga 6 na minuto bawat batch. Sa puntong ito, dapat silang medium-bihirang. Ilabas sa kawali at ayusin sa isang baking sheet. Kung gusto mong lutuin ang mga ito ng medium o well done, ilagay ang baking sheet sa oven ngayon sa loob ng 2 hanggang 4 na minuto.

d) Sandok ang tahini sauce sa paligid ng kofta upang masakop nito ang base ng kawali. Kung gusto mo, ibuhos din ang ilan sa ibabaw ng kofta, ngunit iwanang nakalabas ang ilan sa karne. Ilagay sa oven para sa isang minuto o dalawa, para lang mapainit ng kaunti ang sarsa.

e) Samantala, kung gumagamit ka ng mantikilya, tunawin ito sa isang maliit na kasirola at hayaang magkulay ng kaunti, ingatan na hindi ito masunog. Sandok ang mantikilya sa ibabaw ng kofta sa sandaling lumabas sila sa oven. Ikalat ang mga pine nuts at perehil at pagkatapos ay iwiwisik ang paprika. Ihain nang sabay-sabay.

47.Sabih

MGA INGREDIENTS:
- 2 malalaking talong (mga 1⅔ lb / 750 g sa kabuuan)
- mga 1¼ tasa / 300 ML ng langis ng mirasol
- 4 na hiwa ng magandang kalidad na puting tinapay, toasted, o sariwa at basa-basa na mini pitas
- 1 tasa / 240 ml na sarsa ng Tahini
- 4 na malalaking free-range na itlog, pinakuluang, binalatan, at hiniwa sa ⅜-pulgada / 1cm makapal na hiwa o pinaghiwa-hiwalay
- mga 4 tbsp Zhoug
- amba o malasang mango pickle (opsyonal)
- asin at sariwang giniling na itim na paminta

tinadtad na salad
- 2 katamtamang hinog na kamatis, gupitin sa ⅜-pulgada / 1cm dice (mga 1 tasa / 200 g sa kabuuan)
- 2 mini cucumber, gupitin sa ⅜-pulgada / 1cm dice (mga 1 tasa / 120 g sa kabuuan)
- 2 berdeng sibuyas, hiniwa nang manipis
- 1½ kutsarang tinadtad na flat-leaf parsley
- 2 tsp sariwang kinatas na lemon juice
- 1½ kutsarang langis ng oliba

MGA TAGUBILIN:
a) Gumamit ng vegetable peeler upang alisan ng balat ang mga piraso ng balat ng talong mula sa itaas hanggang sa ibaba, na iniiwan ang mga talong na may mga papalit-palit na piraso ng itim na balat at puting laman, na parang zebra. Gupitin ang parehong mga eggplants sa lapad na hiwa na 1 pulgada / 2.5 cm ang kapal. Budburan ang mga ito ng asin sa magkabilang panig, pagkatapos ay ikalat ang mga ito sa isang baking sheet at hayaang tumayo ng hindi bababa sa 30 minuto upang maalis ang ilang tubig. Gumamit ng mga tuwalya ng papel upang punasan ang mga ito.

b) Init ang langis ng mirasol sa isang malawak na kawali. Maingat—tumalsik ang mantika—iprito ang mga hiwa ng talong nang paisa-isa hanggang sa maganda at madilim, paikutin nang isang beses, 6 hanggang 8 minuto ang kabuuan. Magdagdag ng mantika kung kinakailangan habang niluluto mo ang mga batch. Kapag tapos na, ang mga piraso ng talong ay dapat na ganap na malambot sa gitna. Alisin mula sa kawali at alisan ng tubig sa mga tuwalya ng papel.

c) Gawin ang tinadtad na salad sa pamamagitan ng paghahalo ng lahat ng sangkap at pampalasa na may asin at paminta ayon sa panlasa.

d) Bago ihain, maglagay ng 1 hiwa ng tinapay o pita sa bawat plato. Sandok ng 1 kutsara ng tahini sauce sa bawat hiwa, pagkatapos ay ayusin ang mga hiwa ng talong sa itaas, na magkakapatong. Ibuhos ang ilan pang tahini ngunit hindi ganap na natatakpan ang mga hiwa ng talong. Timplahan ng asin at paminta ang bawat hiwa ng itlog at ilagay sa ibabaw ng talong. Magpahid ng tahini sa ibabaw at sandok ng mas maraming zhoug hangga't gusto mo; ingat ka, ang init! Sandok din ang mango pickle, kung gusto mo. Ihain ang vegetable salad sa gilid, sandok ng ilan sa ibabaw ng bawat serving kung ninanais.

48. Wheat Berries, Chard, at Pomegranate Molasses

MGA INGREDIENTS:
- 1⅓ lb / 600 g Swiss chard o rainbow chard
- 2 kutsarang langis ng oliba
- 1 kutsarang unsalted butter
- 2 malalaking leeks, puti at maputlang berdeng bahagi, hiniwa nang manipis (3 tasa / 350 g sa kabuuan)
- 2 tbsp light brown sugar
- mga 3 tbsp granada molasses
- 1¼ tasa / 200 g hinukay o hindi hinukay na mga berry ng trigo
- 2 tasa / 500 ML stock ng manok
- asin at sariwang giniling na itim na paminta
- Greek yogurt, upang ihain

MGA TAGUBILIN:
a) Paghiwalayin ang mga puting tangkay ng chard mula sa berdeng dahon gamit ang isang maliit, matalim na kutsilyo. Hiwain ang mga tangkay sa ⅜-inch / 1cm na hiwa at ang mga dahon sa ¾-inch / 2cm na hiwa.

b) Init ang mantika at mantikilya sa isang malaking makapal na ilalim na kawali. Idagdag ang mga leeks at lutuin, pagpapakilos, sa loob ng 3 hanggang 4 na minuto. Idagdag ang chard stalks at lutuin ng 3 minuto, pagkatapos ay idagdag ang mga dahon at lutuin ng karagdagang 3 minuto. Idagdag ang asukal, 3 kutsarang pomegranate molasses, at ang wheat berries at ihalo nang mabuti. Idagdag ang stock, ¾ kutsarita ng asin, at ilang itim na paminta, dalhin sa mahinang kumulo, at lutuin sa mahinang apoy, na sakop, sa loob ng 60 hanggang 70 minuto. Ang trigo ay dapat na al dente sa puntong ito.

c) Alisin ang takip at, kung kinakailangan, dagdagan ang init at payagan ang anumang natitirang likido na sumingaw. Ang base ng kawali ay dapat na tuyo at may kaunting sinunog na karamelo dito. Alisin mula sa init.

d) Bago ihain, tikman at magdagdag ng higit pang pulot, asin, at paminta kung kinakailangan; gusto mo itong matalas at matamis, kaya huwag kang mahiya sa iyong pulot. Ihain nang mainit-init, na may isang maliit na piraso ng Greek yogurt.

49. Balilah

MGA INGREDIENTS:
- 1 tasa / 200 g pinatuyong chickpeas
- 1 tsp baking soda
- 1 tasa / 60 g tinadtad na flat-leaf parsley
- 2 berdeng sibuyas, hiniwa nang manipis
- 1 malaking lemon
- 3 kutsarang langis ng oliba
- 2½ tsp giniling na kumin
- asin at sariwang giniling na itim na paminta

MGA TAGUBILIN:
a) Sa gabi bago, ilagay ang mga chickpeas sa isang malaking mangkok at takpan ng malamig na tubig ng hindi bababa sa dalawang beses sa kanilang dami. Idagdag ang baking soda at iwanan sa temperatura ng kuwarto upang magbabad magdamag.

b) Alisan ng tubig ang mga chickpeas at ilagay ang mga ito sa isang malaking kasirola. Takpan ng maraming malamig na tubig at ilagay sa mataas na init. Pakuluan, sagarin ang ibabaw ng tubig, pagkatapos ay bawasan ang apoy at kumulo ng 1 hanggang 1½ oras, hanggang ang mga chickpeas ay napakalambot ngunit nananatili pa rin ang kanilang hugis.

c) Habang nagluluto ang mga chickpeas, ilagay ang perehil at berdeng sibuyas sa isang malaking mangkok ng paghahalo. Balatan ang lemon sa pamamagitan ng paglalagay sa ibabaw at pagbuntot nito, paglalagay sa isang tabla, at pagpapatakbo ng isang maliit na matalim na kutsilyo sa mga kurba nito upang alisin ang balat at puting umbok. Itapon ang balat, umbok, at buto at gupitin ang laman. Idagdag ang laman at lahat ng juice sa mangkok.

d) Kapag handa na ang mga chickpeas, alisan ng tubig at idagdag ang mga ito sa mangkok habang sila ay mainit pa. Idagdag ang langis ng oliba, kumin, ¾ kutsarita ng asin, at isang magandang giling ng paminta. Haluing mabuti. Hayaang lumamig hanggang mainit lang, tikman ang pampalasa, at ihain.

50. Saffron Rice na may Barberry, at Pistachio

MGA INGREDIENTS:
- 2½ kutsara / 40 g unsalted butter
- 2 tasa / 360 g basmati rice, banlawan sa ilalim ng malamig na tubig at pinatuyo ng mabuti
- 2⅓ tasa / 560 ml na kumukulong tubig
- 1 tsp saffron thread, ibabad sa 3 tbsp na tubig na kumukulo sa loob ng 30 minuto
- ¼ tasa / 40 g pinatuyong barberry, ibabad ng ilang minuto sa kumukulong tubig na may isang kurot ng asukal
- 1 oz / 30 g dill, tinadtad nang magaspang
- ⅔ oz / 20 g chervil, tinadtad nang magaspang
- ⅓ oz / 10 g tarragon, tinadtad nang magaspang
- ½ tasa / 60 g hiniwa o dinurog na unsalted na pistachio, bahagyang inihaw
- asin at sariwang giniling na puting paminta

MGA TAGUBILIN:

a) Matunaw ang mantikilya sa isang katamtamang kasirola at pukawin ang kanin, siguraduhin na ang mga butil ay mahusay na pinahiran ng mantikilya. Idagdag ang kumukulong tubig, 1 kutsarita ng asin, at ilang puting paminta. Paghaluin nang mabuti, takpan ng mahigpit na angkop na takip, at hayaang maluto sa napakababang apoy sa loob ng 15 minuto. Huwag matuksong alisan ng takip ang kawali; kailangan mong payagang mag-steam ng maayos ang bigas.

b) Alisin ang kawali mula sa apoy-lahat ng tubig ay nasisipsip ng bigas-at ibuhos ang tubig na safron sa isang bahagi ng bigas, na sumasakop sa halos isang-kapat ng ibabaw at iiwan ang karamihan sa mga ito ay puti. Takpan kaagad ang kawali gamit ang isang tea towel at muling isara nang mahigpit gamit ang takip. Itabi ng 5 hanggang 10 minuto.

c) Gumamit ng isang malaking kutsara upang alisin ang puting bahagi ng bigas sa isang malaking mangkok ng paghahalo at i-fluff ito gamit ang isang tinidor. Alisan ng tubig ang mga barberry at pukawin ang mga ito, na sinusundan ng mga halamang gamot at karamihan sa mga pistachio, na nag-iiwan ng kaunti upang palamuti. Haluing mabuti.

d) Hilumin ang saffron rice gamit ang isang tinidor at dahan-dahang itupi ito sa puting bigas. Huwag mag-overmix—ayaw mong mabahiran ng dilaw ang puting butil. Tikman at ayusin ang pampalasa.

e) Ilipat ang bigas sa isang mababaw na serving bowl at ikalat ang natitirang pistachio sa ibabaw. Ihain nang mainit o sa temperatura ng kuwarto.

51. Chicken sofrito

MGA INGREDIENTS:
- 1 kutsarang langis ng mirasol
- 1 maliit na free-range na manok, mga 3¼ lb / 1.5 kg, butterflied o quartered
- 1 tsp matamis na paprika
- ¼ tsp giniling na turmeric
- ¼ tsp asukal
- 2½ kutsarang sariwang kinatas na lemon juice
- 1 malaking sibuyas, binalatan at pinaghiwa-hiwalay
- langis ng mirasol, para sa Pagprito
- 1⅔ lb / 750 g Yukon Gold na patatas, binalatan, hinugasan, at hiniwa sa ¾-pulgada / 2cm na dice
- 25 cloves na bawang, hindi binalatan
- asin at sariwang giniling na itim na paminta

MGA TAGUBILIN:

a) Ibuhos ang mantika sa isang malaki, mababaw na kawali o Dutch oven at ilagay sa medium heat. Ilagay ang manok na patag sa kawali, ibaba ang balat, at igisa sa loob ng 4 hanggang 5 minuto, hanggang sa ginintuang kayumanggi.

b) Timplahan lahat ng paprika, turmerik, asukal, ¼ kutsarita ng asin, isang magandang giling ng itim na paminta, at 1½ kutsara ng lemon juice. Baliktarin ang manok upang ang balat ay nakaharap, idagdag ang sibuyas sa kawali, at takpan ng takip. Bawasan ang init sa mababang at lutuin ng kabuuang humigit-kumulang 1½ oras; kabilang dito ang oras na niluto ang manok kasama ng patatas.

c) Paminsan-minsan, itaas ang takip upang suriin ang dami ng likido sa ilalim ng kawali. Ang ideya ay para sa manok na magluto at mag-steam sa sarili nitong katas, ngunit maaaring kailanganin mong magdagdag ng kaunting tubig na kumukulo, para laging may ¼ pulgada / 5 mm ng likido sa ilalim ng kawali.

d) Matapos maluto ang manok ng humigit-kumulang 30 minuto, ibuhos ang langis ng mirasol sa katamtamang kasirola sa lalim na 1¼ pulgada / 3 cm at ilagay sa medium-high heat. Iprito ang patatas at bawang nang magkasama sa ilang batch sa loob ng mga 6 na minuto bawat batch, hanggang sa magkaroon sila ng kaunting kulay at malutong. Gumamit ng slotted na kutsara upang iangat ang bawat batch mula sa mantika at sa mga tuwalya ng papel, pagkatapos ay budburan ng asin.

e) Matapos maluto ang manok sa loob ng 1 oras, iangat ito mula sa kawali at sandok ang piniritong patatas at bawang, ihalo ang mga ito kasama ng mga juice ng pagluluto. Ibalik ang manok sa kawali, ilagay ito sa ibabaw ng mga patatas para sa natitirang oras ng pagluluto, iyon ay, 30 minuto. Ang manok ay dapat na nahuhulog mula sa buto at ang mga patatas ay dapat na ibabad sa pagluluto ng likido at ganap na malambot. Ibuhos ang natitirang lemon juice kapag naghahain.

52. Wild Rice na may Chickpeas, at Currants

MGA INGREDIENTS:
- ⅓ tasa / 50 g ligaw na bigas
- 2½ kutsarang langis ng oliba
- bilugan 1 tasa / 220 g basmati rice
- 1½ tasa / 330 ML ng tubig na kumukulo
- 2 tsp buto ng kumin
- 1½ tsp curry powder
- 1½ tasa / 240 g niluto at pinatuyo na mga chickpeas (masarap ang de-latang)
- ¾ tasa / 180 ML ng langis ng mirasol
- 1 katamtamang sibuyas, hiniwa ng manipis
- 1½ tsp all-purpose na harina
- ⅔ tasa / 100 g ng mga currant
- 2 tbsp tinadtad na flat-leaf parsley
- 1 kutsarang tinadtad na cilantro
- 1 kutsarang tinadtad na dill
- asin at sariwang giniling na itim na paminta

MGA TAGUBILIN:

a) Magsimula sa pamamagitan ng paglalagay ng ligaw na bigas sa isang maliit na kasirola, takpan ng maraming tubig, pakuluan, at hayaang kumulo ng mga 40 minuto, hanggang sa maluto ang bigas ngunit medyo matigas pa rin. Patuyuin at itabi.

b) Upang lutuin ang basmati rice, ibuhos ang 1 kutsara ng langis ng oliba sa isang katamtamang kasirola na may mahigpit na angkop na takip at ilagay sa mataas na init. Idagdag ang kanin at ¼ kutsarita ng asin at haluin habang pinapainit mo ang kanin. Maingat na idagdag ang kumukulong tubig, bawasan ang init sa napakababa, takpan ang kawali gamit ang takip, at hayaang magluto ng 15 minuto.

c) Alisin ang kawali mula sa apoy, takpan ng malinis na tuwalya ng tsaa at pagkatapos ay ang takip, at iwanan ang apoy sa loob ng 10 minuto.

d) Habang nagluluto ang kanin, ihanda ang mga chickpeas. Init ang natitirang 1½ kutsarang langis ng oliba sa isang maliit na kasirola sa mataas na apoy. Idagdag ang cumin seeds at curry powder, maghintay ng ilang segundo, at pagkatapos ay idagdag ang chickpeas at ¼ kutsarita ng asin; siguraduhing gawin mo ito nang mabilis o ang mga pampalasa ay maaaring masunog sa mantika. Haluin sa apoy sa loob ng isa o dalawa, para lang mapainit ang mga chickpeas, pagkatapos ay ilipat sa isang malaking mixing bowl.

e) Punasan ang kasirola na malinis, ibuhos ang langis ng mirasol, at ilagay sa mataas na init. Siguraduhing mainit ang mantika sa pamamagitan ng paghahagis ng isang maliit na piraso ng sibuyas; dapat itong sumirit nang malakas. Gamitin ang iyong mga kamay upang paghaluin ang sibuyas sa harina upang bahagyang balutin ito. Kumuha ng kaunting sibuyas at maingat (maaaring dumura!) ilagay ito sa mantika. Magprito ng 2 hanggang 3 minuto, hanggang sa ginintuang kayumanggi, pagkatapos ay ilipat sa mga tuwalya ng papel upang maubos at budburan ng asin. Ulitin sa mga batch hanggang ang lahat ng sibuyas ay pinirito.

f) Panghuli, idagdag ang parehong uri ng kanin sa chickpeas at pagkatapos ay idagdag ang mga currant, herbs, at pritong sibuyas. Haluin, tikman, at magdagdag ng asin at paminta ayon sa gusto mo. Ihain nang mainit o sa temperatura ng kuwarto.

53. Nasunog na Talong na may Mga Buto ng Pomegranate

MGA INGREDIENTS:
- 4 na malalaking talong (3¼ lb / 1.5 kg bago lutuin; 2½ tasa / 550 g pagkatapos masunog at maubos ang laman)
- 2 cloves bawang, durog
- gadgad na sarap ng 1 lemon at 2 kutsarang sariwang kinatas na lemon juice
- 5 kutsarang langis ng oliba
- 2 tbsp tinadtad na flat-leaf parsley
- 2 kutsarang tinadtad na mint
- buto ng ½ malaking granada (½ tasa / 80 g sa kabuuan)
- asin at sariwang giniling na itim na paminta

MGA TAGUBILIN:

a) Kung mayroon kang saklaw ng gas, lagyan ng aluminum foil ang base upang protektahan ito, na panatilihing nakalantad lamang ang mga burner.

b) Direktang ilagay ang mga talong sa apat na magkahiwalay na gas burner na may katamtamang apoy at igisa sa loob ng 15 hanggang 18 minuto, hanggang sa masunog ang balat at patumpik-tumpik at malambot ang laman. Gumamit ng mga metal na sipit upang iikot ang mga ito paminsan-minsan.

c) Bilang kahalili, markahan ang mga talong gamit ang isang kutsilyo sa ilang mga lugar, mga ¾ pulgada / 2 cm ang lalim, at ilagay sa isang baking sheet sa ilalim ng mainit na broiler nang halos isang oras. Iikot ang mga ito tuwing 20 minuto o higit pa at magpatuloy sa pagluluto kahit na pumutok at masira.

d) Alisin ang mga talong mula sa apoy at hayaang lumamig nang bahagya. Kapag sapat na ang lamig upang mahawakan, gupitin ang isang siwang sa bawat talong at sabunan ang malambot na laman, hatiin ito gamit ang iyong mga kamay sa mahabang manipis na piraso. Itapon ang balat. Patuyuin ang laman sa isang colander nang hindi bababa sa isang oras, mas mabuti na mas matagal, upang maalis ang mas maraming tubig hangga't maaari.

e) Ilagay ang pulp ng talong sa isang medium na mangkok at idagdag ang bawang, lemon zest at juice, langis ng oliba, ½ kutsarita ng asin, at isang magandang giling ng itim na paminta. Haluin at hayaang mag-marinate ang talong sa temperatura ng kuwarto nang hindi bababa sa isang oras.

f) Kapag handa ka nang ihain, ihalo ang karamihan sa mga halamang gamot at lasa ng pampalasa. Itambak nang mataas sa isang serving plate, ikalat ang mga buto ng granada, at palamutihan ng natitirang mga halamang gamot.

54. Barley Risotto na may Marinated Feta

MGA INGREDIENTS:
- 1 tasa / 200 g perlas barley
- 2 tbsp / 30 g unsalted butter
- 6 tbsp / 90 ML ng langis ng oliba
- 2 maliit na tangkay ng kintsay, gupitin sa ¼-pulgada / 0.5cm na dice
- 2 maliit na shallots, gupitin sa ¼-inch / 0.5cm dice
- 4 na clove ng bawang, gupitin sa 1/16-inch / 2mm dice
- 4 na sanga ng thyme
- ½ tsp pinausukang paprika
- 1 dahon ng bay
- 4 na piraso ng balat ng lemon
- ¼ tsp chile flakes
- isang 14-oz / 400g lata ng tinadtad na kamatis
- 3 tasa / 700 ML stock ng gulay
- 1¼ tasa / 300 ml passata (sieved durog na kamatis)
- 1 kutsarang buto ng caraway
- 10½ oz / 300 g feta cheese, nahati sa humigit-kumulang ¾-pulgada / 2cm na piraso
- 1 kutsarang sariwang dahon ng oregano
- asin

MGA TAGUBILIN:

a) Banlawan ng mabuti ang pearl barley sa ilalim ng malamig na tubig at hayaang maubos.

b) Matunaw ang mantikilya at 2 kutsara ng langis ng oliba sa isang napakalaking kawali at lutuin ang kintsay, shallots, at bawang sa mahinang apoy sa loob ng 5 minuto, hanggang malambot. Idagdag ang barley, thyme, paprika, bay leaf, lemon peel, chile flakes, mga kamatis, stock, passata, at asin. Haluin upang pagsamahin.

c) Pakuluan ang pinaghalong, pagkatapos ay bawasan sa isang napaka banayad na kumulo at lutuin ng 45 minuto, madalas na pagpapakilos upang matiyak na ang risotto ay hindi sumasakop sa ilalim ng kawali. Kapag handa na, ang barley ay dapat na malambot at karamihan sa likido ay hinihigop.

d) Samantala, i-toast ang mga buto ng caraway sa isang tuyong kawali sa loob ng ilang minuto. Pagkatapos ay bahagyang durugin ang mga ito upang ang ilang mga buong buto ay manatili. Idagdag ang mga ito sa feta kasama ang natitirang 4 na kutsara / 60 ML ng langis ng oliba at dahan-dahang ihalo upang pagsamahin.

e) Kapag handa na ang risotto, suriin ang panimpla at pagkatapos ay hatiin ito sa apat na mababaw na mangkok. Ibabaw ang bawat isa ng inatsara na feta, kabilang ang mantika, at isang pagwiwisik ng dahon ng oregano.

55.Inihaw na manok na may clementines

MGA INGREDIENTS:
- 6½ tbsp / 100 ml arak, ouzo, o Pernod
- 4 tbsp langis ng oliba
- 3 kutsarang sariwang piniga na orange juice
- 3 kutsarang sariwang kinatas na lemon juice
- 2 kutsara ng butil ng mustasa
- 3 tbsp light brown sugar
- 2 medium na bumbilya ng haras (1 lb / 500 g sa kabuuan)
- 1 malaking organic o free-range na manok, humigit-kumulang 2¾ lb / 1.3 kg, nahahati sa 8 piraso, o pareho ang timbang sa balat, buto-sa mga hita ng manok
- 4 na clementine, hindi binalatan (14 oz / 400 g sa kabuuan), gupitin nang pahalang sa ¼-pulgada / 0.5cm na mga hiwa
- 1 kutsarang dahon ng thyme
- 2½ tsp haras seeds, bahagyang durog
- asin at sariwang giniling na itim na paminta
- tinadtad na flat-leaf perehil, upang palamutihan

MGA TAGUBILIN:
a) Ilagay ang unang anim na sangkap sa isang malaking mixing bowl at magdagdag ng 2½ kutsarita ng asin at 1½ kutsarita ng itim na paminta. Haluing mabuti at itabi.

b) Gupitin ang haras at gupitin ang bawat bombilya sa kalahating pahaba. Gupitin ang bawat kalahati sa 4 na wedges. Idagdag ang haras sa mga likido, kasama ang mga piraso ng manok, hiwa ng clementine, thyme, at mga buto ng haras. Haluing mabuti gamit ang iyong mga kamay, pagkatapos ay iwanan upang mag-marinate sa refrigerator sa loob ng ilang oras o magdamag (ang paglaktaw sa yugto ng marinating ay mainam din, kung ikaw ay pinindot ng oras).

c) Painitin ang oven sa 475°F / 220°C. Ilipat ang manok at ang marinade nito sa isang baking sheet na may sapat na laki para ma-accommodate ang lahat nang kumportable sa isang layer (halos isang 12 by 14½-inch / 30 by 37cm pan); dapat nakaharap ang balat ng manok. Kapag sapat na ang init ng oven, ilagay ang kawali sa oven at igisa sa loob ng 35 hanggang 45 minuto, hanggang sa magkulay at maluto ang manok. Alisin sa oven.

d) Iangat ang manok, haras, at clementine mula sa kawali at ayusin sa serving plate; takpan at panatilihing mainit-init.
e) Ibuhos ang likido sa pagluluto sa isang maliit na kasirola, ilagay sa katamtamang init, pakuluan, at pagkatapos ay kumulo hanggang ang sarsa ay nabawasan ng isang-katlo, upang ikaw ay naiwan ng humigit-kumulang ⅓ tasa / 80 ml.
f) Ibuhos ang mainit na sarsa sa ibabaw ng manok, palamutihan ng kaunting perehil, at ihain.

56. Mejadra

MGA INGREDIENTS:
- 1¼ tasa / 250 g berde o kayumanggi lentil
- 4 katamtamang sibuyas (1½ lb / 700 g bago balatan)
- 3 kutsarang all-purpose na harina
- mga 1 tasa / 250 ML ng langis ng mirasol
- 2 tsp buto ng kumin
- 1½ kutsarang buto ng kulantro
- 1 tasa / 200 g basmati rice
- 2 kutsarang langis ng oliba
- ½ tsp giniling na turmeric
- 1½ tsp ground allspice
- 1½ tsp ground cinnamon
- 1 tsp asukal
- 1½ tasa / 350 ML ng tubig
- asin at sariwang giniling na itim na paminta

MGA TAGUBILIN:

a) Ilagay ang mga lentil sa isang maliit na kasirola, takpan ng maraming tubig, pakuluan, at lutuin ng 12 hanggang 15 minuto, hanggang sa lumambot ang lentil ngunit mayroon pa ring kaunting kagat. Patuyuin at itabi.

b) Balatan ang mga sibuyas at hiwain ng manipis. Ilagay sa isang malaking flat plate, budburan ng harina at 1 kutsarita ng asin, at haluing mabuti gamit ang iyong mga kamay. Init ang langis ng mirasol sa isang medium heavy-bottomed saucepan na inilagay sa mataas na init. Siguraduhing mainit ang mantika sa pamamagitan ng paghahagis ng isang maliit na piraso ng sibuyas; dapat itong sumirit nang malakas. Bawasan ang init sa medium-high at maingat (maaaring dumura!) Idagdag ang isang-katlo ng hiniwang sibuyas. Magprito ng 5 hanggang 7 minuto, hinahalo paminsan-minsan gamit ang slotted na kutsara, hanggang sa maging maganda ang kulay ng sibuyas na ginintuang kayumanggi at maging malutong (ayusin ang temperatura para hindi masyadong mabilis magprito at masunog ang sibuyas). Gamitin ang kutsara upang ilipat ang sibuyas sa isang colander na nilagyan ng mga tuwalya ng papel at budburan ng kaunting asin. Gawin ang parehong sa iba pang

dalawang batch ng sibuyas; magdagdag ng kaunting langis kung kinakailangan.
c) Punasan ng malinis ang kasirola kung saan mo pinirito ang sibuyas at ilagay ang mga buto ng kumin at kulantro. Ilagay sa katamtamang init at i-toast ang mga buto sa loob ng isang minuto o dalawa. Idagdag ang bigas, olive oil, turmeric, allspice, cinnamon, asukal, ½ kutsarita ng asin, at maraming itim na paminta. Haluin para malagyan ng mantika ang kanin at pagkatapos ay idagdag ang nilutong lentil at tubig. Pakuluan, takpan ng takip, at kumulo sa napakababang apoy sa loob ng 15 minuto.
d) Alisin mula sa apoy, alisin ang takip, at mabilis na takpan ang kawali gamit ang malinis na tuwalya ng tsaa. Takpan nang mahigpit ang takip at itabi sa loob ng 10 minuto.
e) Panghuli, idagdag ang kalahati ng piniritong sibuyas sa kanin at lentil at malumanay na haluin gamit ang isang tinidor. Itambak ang pinaghalong sa isang mababaw na serving bowl at itaas ang natitirang bahagi ng sibuyas.

57. Panfried Sea Bass kasama sina Harissa at Rose

MGA INGREDIENTS:
- 3 tbsp harissa paste (binili sa tindahan o tingnan ang recipe)
- 1 tsp ground cumin
- 4 na sea bass fillet, humigit-kumulang 1 lb / 450 g sa kabuuan, binalatan at inalis ang pin bones
- all-purpose na harina, para sa pag-aalis ng alikabok
- 2 kutsarang langis ng oliba
- 2 medium na sibuyas, pinong tinadtad
- 6½ kutsara / 100 ML ng red wine na suka
- 1 tsp ground cinnamon
- 1 tasa / 200 ML ng tubig
- 1½ kutsarang pulot
- 1 kutsarang rosas na tubig
- ½ tasa / 60 g currant (opsyonal)
- 2 kutsarang tinadtad na cilantro (opsyonal)
- 2 tsp maliit na pinatuyong nakakain na rose petals
- asin at sariwang giniling na itim na paminta

MGA TAGUBILIN:
a) I-marinate muna ang isda. Paghaluin ang kalahati ng harissa paste, ang ground cumin, at ½ kutsarita ng asin sa isang maliit na mangkok. Kuskusin ang paste sa buong fish fillet at hayaang mag-marinate ng 2 oras sa refrigerator.

b) Alikabok ang mga fillet ng kaunting harina at iwaksi ang labis. Init ang langis ng oliba sa isang malawak na kawali sa katamtamang init at iprito ang mga fillet sa loob ng 2 minuto sa bawat panig. Maaaring kailanganin mong gawin ito sa dalawang batch. Itabi ang isda, iwanan ang mantika sa kawali, at idagdag ang mga sibuyas. Haluin habang nagluluto ka ng mga 8 minuto, hanggang sa maging ginintuang ang mga sibuyas.

c) Idagdag ang natitirang harissa, ang suka, ang cinnamon, ½ kutsarita ng asin, at maraming itim na paminta. Ibuhos ang tubig, bawasan ang apoy, at hayaang kumulo ang sarsa ng dahan-dahan sa loob ng 10 hanggang 15 minuto, hanggang sa medyo malapot.

d) Idagdag ang pulot at rosas na tubig sa kawali kasama ang mga currant, kung ginagamit, at pakuluan nang malumanay sa loob ng ilang minuto. Tikman at ayusin ang pampalasa at pagkatapos ay ibalik ang mga fillet ng isda sa kawali; maaari mong bahagyang i-overlap ang mga ito kung hindi sila magkasya.

e) Kutsara ang sarsa sa ibabaw ng isda at iwanan ang mga ito upang magpainit sa kumukulong sarsa sa loob ng 3 minuto; maaaring kailanganin mong magdagdag ng ilang kutsarang tubig kung ang sarsa ay napakakapal.

f) Ihain nang mainit-init o sa temperatura ng silid, binudburan ng cilantro, kung ginagamit, at ang mga talulot ng rosas.

58. Hipon, Scallops at Clams na may Tomato at Feta

MGA INGREDIENTS:
- 1 tasa / 250 ML puting alak
- 2¼ lb / 1 kg na kabibe, na-scrub
- 3 cloves na bawang, hiniwa ng manipis
- 3 kutsarang langis ng oliba, dagdag pa para matapos
- 3½ tasa / 600 g binalatan at tinadtad na Italian plum tomatoes (sariwa o de-latang)
- 1 tsp superfine sugar
- 2 kutsarang tinadtad na oregano
- 1 limon
- 7 oz / 200 g hipon ng tigre, binalatan at hiniwa
- 7 oz / 200 g malalaking scallops (kung napakalaki, gupitin sa kalahati nang pahalang)
- 4 oz / 120 g feta cheese, hinati sa ¾-inch / 2cm na mga tipak
- 3 berdeng sibuyas, hiniwa nang manipis
- asin at sariwang giniling na itim na paminta

MGA TAGUBILIN:
a) Ilagay ang alak sa isang medium na kasirola at pakuluan hanggang sa mabawasan ng tatlong-kapat. Idagdag ang mga kabibe, takpan kaagad ng takip, at lutuin sa mataas na apoy sa loob ng mga 2 minuto, paminsan-minsan na nanginginig ang kawali, hanggang sa bumukas ang mga tulya. Ilipat sa isang pinong salaan upang maubos, kumukuha ng mga juice ng pagluluto sa isang mangkok. Itapon ang anumang mga kabibe na hindi nagbubukas, pagkatapos ay alisin ang natitira sa kanilang mga shell, mag-iwan ng ilan sa kanilang mga shell upang tapusin ang ulam, kung gusto mo.
b) Painitin muna ang oven sa 475°F / 240°C.
c) Sa isang malaking kawali, lutuin ang bawang sa langis ng oliba sa katamtamang init ng halos 1 minuto, hanggang sa ginintuang. Maingat na idagdag ang mga kamatis, clam liquid, asukal, oregano, at ilang asin at paminta. Mag-ahit ng 3 zest strips mula sa lemon, idagdag ang mga ito at kumulo ng malumanay sa loob ng 20 hanggang 25 minuto, hanggang sa lumapot ang sarsa. Tikman at magdagdag ng asin at paminta kung kinakailangan. Itapon ang lemon zest.

d) Idagdag ang mga hipon at scallops, haluin nang malumanay, at lutuin ng isa o dalawa lang. I-fold ang mga shelled clams at ilipat ang lahat sa isang maliit na ovenproof dish. Ilubog ang mga piraso ng feta sa sarsa at iwiwisik ang berdeng sibuyas.
e) Itaas na may ilang kabibe sa kanilang mga shell, kung gusto mo, at ilagay sa oven sa loob ng 3 hanggang 5 minuto, hanggang sa ang mga tuktok ay kulay ng kaunti at ang mga hipon at scallops ay maluto na lamang.
f) Alisin ang ulam mula sa oven, pisilin ng kaunting lemon juice sa ibabaw, at tapusin na may isang ambon ng langis ng oliba.

59. Nilagang Pugo na may mga Apricot at Tamarind

MGA INGREDIENTS:
- 4 na sobrang laking pugo, mga 6½ oz / 190 g bawat isa, gupitin sa kalahati sa kahabaan ng breastbone at likod
- ¾ tsp chile flakes
- ¾ tsp ground cumin
- ½ tsp buto ng haras, bahagyang dinurog
- 1 kutsarang langis ng oliba
- 1¼ tasa / 300 ML ng tubig
- 5 kutsara / 75 ML puting alak
- ⅔ tasa / 80 g pinatuyong mga aprikot, makapal na hiniwa
- 2½ tbsp / 25 g currants
- 1½ kutsarang superfine na asukal
- 1½ kutsarang tamarind paste
- 2 kutsarang sariwang kinatas na lemon juice
- 1 tsp piniling dahon ng thyme
- asin at sariwang giniling na itim na paminta
- 2 tbsp tinadtad na halo-halong cilantro at flat-leaf parsley, upang palamutihan (opsyonal)

MGA TAGUBILIN:

a) Punasan ang pugo ng mga tuwalya ng papel at ilagay sa isang mangkok ng paghahalo. Budburan ng chile flakes, cumin, fennel seeds, ½ kutsarita ng asin, at ilang itim na paminta. Masahe ng mabuti gamit ang iyong mga kamay, pagkatapos ay takpan at hayaang mag-marinate sa refrigerator nang hindi bababa sa 2 oras o magdamag.

b) Init ang mantika sa katamtamang init sa isang kawali na sapat lang ang laki upang ma-accommodate ang mga ibon nang mahigpit at kung saan mayroon kang takip. Palamutin ang mga ibon sa lahat ng panig ng halos 5 minuto, upang makakuha ng magandang ginintuang kayumangging kulay.

c) Alisin ang pugo mula sa kawali at itapon ang karamihan sa taba, mag-iwan ng mga 1½ kutsarita. Idagdag ang tubig, alak, aprikot, currant, asukal, sampalok, lemon juice, thyme, ½ kutsarita ng asin, at ilang itim na paminta. Ibalik ang pugo sa kawali. Ang tubig ay dapat umabot ng tatlong-kapat sa mga gilid ng mga ibon; kung hindi, magdagdag ng higit pang tubig. Pakuluan, takpan ang kawali, at kumulo nang mahinahon sa loob ng 20 hanggang 25 minuto, paikutin ang pugo nang isa o dalawang beses, hanggang sa maluto ang mga ibon.

d) Iangat ang pugo mula sa kawali at sa isang serving platter at panatilihing mainit-init. Kung ang likido ay hindi masyadong makapal, ibalik ito sa katamtamang init at kumulo ng ilang minuto upang mabawasan ang pagkakapare-pareho ng sarsa. Kutsara ang sarsa sa ibabaw ng pugo at palamutihan ng cilantro at perehil, kung ginagamit.

60.Inihaw na manok na may freekeh

MGA INGREDIENTS:
- 1 maliit na free-range na manok, mga 3¼ lb / 1.5 kg
- 2 mahabang cinnamon sticks
- 2 medium carrots, binalatan at gupitin ng ¾ pulgada / 2 cm ang kapal
- 2 dahon ng bay
- 2 bungkos na flat-leaf parsley (mga 2½ oz / 70 g sa kabuuan)
- 2 malalaking sibuyas
- 2 kutsarang langis ng oliba
- 2 tasa / 300 g basag na freekeh
- ½ tsp ground allspice
- ½ tsp ground coriander
- 2½ kutsara / 40 g unsalted butter
- ⅔ tasa / 60 g hiniwang almendras
- asin at sariwang giniling na itim na paminta

MGA TAGUBILIN:

a) Ilagay ang manok sa isang malaking palayok, kasama ang kanela, karot, dahon ng bay, 1 bungkos ng perehil, at 1 kutsarita ng asin. Quarter 1 sibuyas at idagdag ito sa kaldero. Magdagdag ng malamig na tubig upang halos takpan ang manok; pakuluan at kumulo, natatakpan, sa loob ng 1 oras, paminsan-minsan ay inaalis ang anumang mantika at bula palayo sa ibabaw.

b) Sa kalahati ng pagluluto ng manok, hiwain ng manipis ang pangalawang sibuyas at ilagay ito sa isang medium na kasirola na may langis ng oliba. Magprito sa katamtamang apoy sa loob ng 12 hanggang 15 minuto, hanggang sa maging ginintuang kayumanggi at malambot ang sibuyas. Idagdag ang freekeh, allspice, kulantro, ½ kutsarita ng asin, at ilang itim na paminta. Haluing mabuti at pagkatapos ay magdagdag ng 2½ tasa / 600 ml ng sabaw ng manok. Gawing medium-high ang init. Sa sandaling kumulo ang sabaw, takpan ang kawali at ibaba ang apoy. Dahan-dahang kumulo sa loob ng 20 minuto, pagkatapos ay alisin mula sa apoy at iwanan na natatakpan ng 20 minuto pa.

c) Alisin ang mga dahon mula sa natitirang bungkos ng perehil at i-chop ang mga ito, hindi masyadong pino. Idagdag ang karamihan sa tinadtad na perehil sa nilutong freekeh, ihalo ito sa isang tinidor.

d) Ilabas ang manok mula sa sabaw at ilagay ito sa isang cutting board. Maingat na hiwain ang mga suso at hiwain ang mga ito nang manipis sa isang anggulo; alisin ang karne mula sa mga binti at hita. Panatilihing mainit ang manok at ang freekeh.

e) Kapag handa nang ihain, ilagay ang mantikilya, almendras, at kaunting asin sa isang maliit na kawali at iprito hanggang sa ginintuang. Ilagay ang freekeh sa mga indibidwal na serving dish o isang platter. Itaas ang karne ng binti at hita, pagkatapos ay ayusin ang mga hiwa ng dibdib nang maayos sa ibabaw. Tapusin ang mga almendras at mantikilya at isang sprinkle ng perehil.

61. Manok na may Sibuyas at Cardamom Rice

MGA INGREDIENTS:
- 3 kutsara / 40 g ng asukal
- 3 kutsara / 40 ML ng tubig
- 2½ tbsp / 25 g barberry (o currants)
- 4 tbsp langis ng oliba
- 2 katamtamang sibuyas, hiniwang manipis (2 tasa / 250 g sa kabuuan)
- 2¼ lb / 1 kg skin-on, buto-in na hita ng manok, o 1 buong manok, quartered
- 10 cardamom pods
- bilugan ¼ tsp buong clove
- 2 mahabang cinnamon sticks, nahati sa dalawa
- 1⅔ tasa / 300 g basmati rice
- 2¼ tasa / 550 ML ng tubig na kumukulo
- 1½ tbsp / 5 g flat-leaf na dahon ng perehil, tinadtad
- ½ tasa / 5 g dahon ng dill, tinadtad
- ¼ tasa / 5 g dahon ng cilantro, tinadtad
- ⅓ tasa / 100 g Greek yogurt, hinaluan ng 2 kutsarang langis ng oliba (opsyonal)
- asin at sariwang giniling na itim na paminta

MGA TAGUBILIN:
a) Ilagay ang asukal at tubig sa isang maliit na kasirola at init hanggang matunaw ang asukal. Alisin mula sa apoy, idagdag ang mga barberry, at itabi upang magbabad. Kung gumagamit ng mga currant, hindi mo kailangang ibabad ang mga ito sa ganitong paraan.

b) Samantala, painitin ang kalahati ng langis ng oliba sa isang malaking kawali kung saan mayroon kang takip sa katamtamang init, idagdag ang sibuyas, at lutuin ng 10 hanggang 15 minuto, paminsan-minsang pagpapakilos, hanggang sa maging malalim na ginintuang kayumanggi ang sibuyas. Ilipat ang sibuyas sa isang maliit na mangkok at punasan ang kawali.

c) Ilagay ang manok sa isang malaking mixing bowl at timplahan ng 1½ kutsarita bawat asin at itim na paminta. Idagdag ang natitirang langis ng oliba, cardamom, cloves, at cinnamon at gamitin ang iyong mga kamay upang ihalo nang mabuti ang lahat. Painitin muli ang kawali at ilagay ang manok at pampalasa.

d) Maghain ng 5 minuto sa bawat panig at alisin mula sa kawali (ito ay mahalaga dahil ito ay nagluluto ng manok). Ang mga pampalasa ay maaaring manatili sa kawali, ngunit huwag mag-alala kung dumikit ito sa manok.

e) Alisin din ang karamihan sa natitirang langis, mag-iwan lamang ng manipis na pelikula sa ibaba. Idagdag ang kanin, caramelized na sibuyas, 1 kutsarita ng asin, at maraming itim na paminta. Alisan ng tubig ang mga barberry at idagdag din ang mga ito. Haluing mabuti at ibalik ang seared chicken sa kawali, itulak ito sa kanin.

f) Ibuhos ang kumukulong tubig sa kanin at manok, takpan ang kawali, at lutuin sa napakababang apoy sa loob ng 30 minuto. Alisin ang kawali sa apoy, tanggalin ang takip, mabilis na ilagay ang isang malinis na tuwalya ng tsaa sa ibabaw ng kawali, at i-seal muli gamit ang takip. Iwanan ang ulam na hindi nakakagambala para sa isa pang 10 minuto. Panghuli, idagdag ang mga halamang gamot at gumamit ng isang tinidor upang pukawin ang mga ito at pahimulmol ang kanin. Tikman at magdagdag ng higit pang asin at paminta kung kinakailangan. Ihain ang mainit o mainit na may yogurt kung gusto mo.

62. Mga Beef Meatball na may Fava Beans at Lemon

MGA INGREDIENTS:
- 4½ kutsarang langis ng oliba
- 2⅓ tasa / 350 g fava beans, sariwa o frozen
- 4 buong thyme sprigs
- 6 cloves na bawang, hiniwa
- 8 berdeng sibuyas, gupitin sa isang anggulo sa ¾-pulgada / 2cm na mga segment
- 2½ kutsarang sariwang kinatas na lemon juice
- 2 tasa / 500 ML stock ng manok
- asin at sariwang giniling na itim na paminta
- 1½ tsp bawat tinadtad na flat-leaf parsley, mint, dill, at cilantro, upang matapos

MGA MEATBALLS
- 10 oz / 300 g giniling na karne ng baka
- 5 oz / 150 g giniling na tupa
- 1 katamtamang sibuyas, pinong tinadtad
- 1 tasa / 120 g mumo ng tinapay
- 2 tbsp bawat tinadtad na flat-leaf parsley, mint, dill, at cilantro
- 2 malalaking clove ng bawang, durog
- 4 tsp baharat spice mix (binili sa tindahan o tingnan ang recipe)
- 4 tsp ground cumin
- 2 tsp capers, tinadtad
- 1 itlog, pinalo

MGA TAGUBILIN:
a) Ilagay ang lahat ng sangkap ng meatball sa isang malaking mixing bowl. Magdagdag ng ¾ kutsarita ng asin at maraming itim na paminta at haluing mabuti gamit ang iyong mga kamay. Bumuo sa mga bola na halos kasing laki ng mga bola ng Ping-Pong. Init ang 1 kutsara ng langis ng oliba sa katamtamang init sa isang napakalaking kawali kung saan mayroon kang takip. Haluin ang kalahati ng mga bola-bola, paikutin ang mga ito hanggang sa maging kayumanggi ang lahat, mga 5 minuto. Alisin, magdagdag ng isa pang 1½ kutsarita ng langis ng oliba sa kawali, at lutuin ang iba pang batch ng mga bola-bola. Alisin sa kawali at punasan ito ng malinis.

b) Habang niluluto ang mga bola-bola, itapon ang fava beans sa isang palayok na may maraming inasnan na tubig na kumukulo at pakuluan ng 2 minuto. Patuyuin at i-refresh sa ilalim ng malamig na tubig. Alisin ang mga balat mula sa kalahati ng fava beans at itapon ang mga balat.

c) Init ang natitirang 3 kutsarang langis ng oliba sa katamtamang init sa parehong kawali kung saan mo sinira ang mga bola-bola. Idagdag ang thyme, bawang, at berdeng sibuyas at igisa ng 3 minuto. Idagdag ang hindi nabalatang fava beans, 1½ kutsara ng lemon juice, ⅓ cup / 80 ml ng stock, ¼ kutsarita ng asin, at maraming itim na paminta. Ang mga beans ay dapat na halos sakop ng likido. Takpan ang kawali at lutuin sa mahinang apoy sa loob ng 10 minuto.

d) Ibalik ang meatballs sa kawali na may hawak na fava beans. Idagdag ang natitirang stock, takpan ang kawali, at kumulo ng malumanay sa loob ng 25 minuto. Tikman ang sarsa at ayusin ang pampalasa. Kung ito ay masyadong runny, tanggalin ang takip at bawasan ng kaunti. Kapag ang mga bola-bola ay huminto sa pagluluto, sila ay magbabad ng maraming juice, kaya siguraduhing mayroon pa ring maraming sarsa sa puntong ito. Maaari mong iwanan ang mga bola-bola ngayon, patayin ang apoy, hanggang handa nang ihain.

e) Bago ihain, initin muli ang mga bola-bola at magdagdag ng kaunting tubig, kung kinakailangan, upang makakuha ng sapat na sarsa. Idagdag ang natitirang mga halamang gamot, ang natitirang 1 kutsarang lemon juice, at ang binalatan na fava beans at ihalo nang malumanay. Ihain kaagad.

63.Mga Lamb Meatball na may Barberry, Yogurt at Herb

MGA INGREDIENTS:
- 1⅔ lb / 750 g giniling na tupa
- 2 medium na sibuyas, pinong tinadtad
- ⅔ oz / 20 g flat-leaf parsley, pinong tinadtad
- 3 cloves ng bawang, durog
- ¾ tsp ground allspice
- ¾ tsp ground cinnamon
- 6 tbsp / 60 g barberry
- 1 malaking free-range na itlog
- 6½ kutsara / 100 ML ng langis ng mirasol
- 1½ lb / 700 g saging o iba pang malalaking shallots, binalatan
- ¾ tasa kasama ang 2 kutsara / 200 ML puting alak
- 2 tasa / 500 ML stock ng manok
- 2 dahon ng bay
- 2 sanga ng thyme
- 2 tsp asukal
- 5 oz / 150 g pinatuyong igos
- 1 tasa / 200 g Greek yogurt
- 3 kutsarang pinaghalong mint, cilantro, dill, at tarragon, gutay-gutay
- asin at sariwang giniling na itim na paminta

MGA TAGUBILIN:
a) Ilagay ang tupa, sibuyas, perehil, bawang, allspice, kanela, barberry, itlog, 1 kutsarita ng asin, at ½ kutsarita ng itim na paminta sa isang malaking mangkok. Paghaluin gamit ang iyong mga kamay, pagkatapos ay gumulong sa mga bola na halos kasing laki ng mga bola ng golf.
b) Init ang isang-katlo ng langis sa katamtamang init sa isang malaking, mabigat na ilalim na palayok kung saan mayroon kang mahigpit na takip. Maglagay ng ilang meatballs at lutuin at paikutin ng ilang minuto hanggang sa makulayan ang lahat. Alisin sa kaldero at itabi. Lutuin ang natitirang mga bola-bola sa parehong paraan.
c) Punasan ang kawali at idagdag ang natitirang langis. Idagdag ang mga shallots at lutuin ang mga ito sa katamtamang init sa loob ng 10 minuto, pagpapakilos nang madalas, hanggang sa ginintuang kayumanggi. Idagdag ang alak, hayaang bumula

ang isang minuto o dalawa, pagkatapos ay idagdag ang stock ng manok, dahon ng bay, thyme, asukal, at ilang asin at paminta. Ayusin ang mga igos at bola-bola sa pagitan at sa ibabaw ng mga shallots; ang mga bola-bola ay kailangang halos sakop ng likido. Pakuluan, takpan ng takip, bawasan ang apoy sa napakababa, at hayaang kumulo sa loob ng 30 minuto. Alisin ang takip at pakuluan ng halos isa pang oras, hanggang sa bumaba ang sarsa at tumindi ang lasa. Tikman at magdagdag ng asin at paminta kung kinakailangan.

d) Ilipat sa isang malaki at malalim na serving dish. Talunin ang yogurt, ibuhos sa ibabaw, at ikalat kasama ang mga damo.

64. Polpettone

MGA INGREDIENTS:
- 3 malaking free-range na itlog
- 1 kutsarang tinadtad na flat-leaf parsley
- 2 tsp langis ng oliba
- 1 lb / 500 g giniling na karne ng baka
- 1 tasa / 100 g mumo ng tinapay
- ½ tasa / 60 g unsalted pistachios
- ½ tasa / 80 g gherkins (3 o 4), gupitin sa ⅜-pulgada / 1cm na piraso
- 7 oz / 200 g nilutong dila ng baka (o ham), hiniwa nang manipis
- 1 malaking karot, gupitin sa mga piraso
- 2 tangkay ng kintsay, gupitin
- 1 sanga ng thyme
- 2 dahon ng bay
- ½ sibuyas, hiniwa
- 1 tsp chicken stock base
- kumukulong tubig, para magluto
- asin at sariwang giniling na itim na paminta

SALSINA VERDE
- 2 oz / 50 g flat-leaf parsley sprigs
- 1 sibuyas na bawang, durog
- 1 kutsarang capers
- 1 kutsarang sariwang kinatas na lemon juice
- 1 kutsarang puting alak na suka
- 1 malaking free-range na itlog, pinakuluang at binalatan
- ⅔ tasa / 150 ML ng langis ng oliba
- 3 kutsarang mumo ng tinapay, mas mabuti na sariwa
- asin at sariwang giniling na itim na paminta

MGA TAGUBILIN:
a) Magsimula sa pamamagitan ng paggawa ng flat omelet. Pagsamahin ang 2 itlog, ang tinadtad na perehil, at isang pakurot ng asin. Init ang langis ng oliba sa isang malaking kawali (mga 11 pulgada / 28 cm ang lapad) sa katamtamang init at ibuhos ang mga itlog. Magluto ng 2 hanggang 3 minuto, nang hindi hinahalo, hanggang ang mga itlog ay maging manipis na omelet. Itabi para lumamig.

b) Sa isang malaking mangkok, paghaluin ang karne ng baka, mumo ng tinapay, pistachios, gherkin, ang natitirang itlog, 1 kutsarita ng asin, at ½ kutsarita ng paminta. Maglagay ng malaking malinis na tuwalya ng tsaa (maaaring gusto mong gumamit ng luma na hindi mo iniisip na alisin; ang paglilinis ay magiging isang bahagyang banta) sa ibabaw ng iyong trabaho. Ngayon kunin ang halo ng karne at ikalat ito sa tuwalya, hinuhubog ito gamit ang iyong mga kamay sa isang hugis-parihaba na disk, ⅜ pulgada / 1 cm ang kapal at humigit-kumulang 12 x 10 pulgada / 30 x 25 cm. Panatilihing malinaw ang mga gilid ng tela.

c) Takpan ang karne gamit ang mga hiwa ng dila, na nag-iiwan ng ¾ pulgada / 2 cm sa paligid ng gilid. Gupitin ang omelet sa 4 na malawak na piraso at ikalat ang mga ito nang pantay-pantay sa dila.

d) Iangat ang tela upang matulungan kang simulan ang paggulong ng karne papasok mula sa isa sa malalawak na gilid nito. Ipagpatuloy ang paggulong ng karne sa isang malaking hugis ng sausage, gamit ang tuwalya upang tulungan ka. Sa huli, gusto mo ng masikip, mala-jelly-roll na tinapay, na may giniling na baka sa labas at ang omelet sa gitna. Takpan ang tinapay gamit ang tuwalya, balutin ito ng mabuti upang ito ay selyado sa loob. Itali ang mga dulo ng string at isukbit ang anumang labis na tela sa ilalim ng log upang magkaroon ka ng mahigpit na pagkakatali.

e) Ilagay ang bundle sa loob ng malaking kawali o Dutch oven. Itapon ang carrot, celery, thyme, bay, onion, at stock base sa paligid ng tinapay at ibuhos ang kumukulong tubig upang halos matakpan ito. Takpan ang palayok na may takip at hayaang kumulo sa loob ng 2 oras.

f) Alisin ang tinapay mula sa kawali at itabi ito upang hayaang maubos ang ilan sa likido (ang poaching stock ay magiging isang mahusay na base ng sopas). Pagkatapos ng humigit-kumulang 30 minuto, maglagay ng mabigat na bagay sa ibabaw upang maalis ang higit pang mga katas. Kapag ito ay umabot sa temperatura ng silid, ilagay ang meat loaf sa refrigerator, na natatakpan pa rin ng tela, upang palamig nang husto, 3 hanggang 4 na oras.

g) Para sa sarsa, ilagay ang lahat ng mga sangkap sa isang food processor at pulso sa isang magaspang na pagkakapare-pareho (o, para sa simpleng hitsura, i-chop ang parsley, capers, at itlog sa pamamagitan ng kamay at haluin kasama ang natitirang mga sangkap). Tikman at ayusin ang pampalasa.

h) Upang ihain, alisin ang tinapay mula sa tuwalya, gupitin sa mga hiwa na ⅜ pulgada / 1 cm ang kapal, at ipatong sa isang serving plate. Ihain ang sarsa sa gilid.

65.Shawarma ng tupa

MGA INGREDIENTS:
- 2 tsp black peppercorns
- 5 buong clove
- ½ tsp cardamom pods
- ¼ tsp buto ng fenugreek
- 1 tsp buto ng haras
- 1 kutsarang buto ng kumin
- 1 star anise
- ½ cinnamon stick
- ½ buong nutmeg, gadgad
- ¼ tsp giniling na luya
- 1 kutsarang matamis na paprika
- 1 kutsarang sumac
- 2½ tsp Maldon sea salt
- 1 oz / 25 g sariwang luya, gadgad
- 3 cloves ng bawang, durog
- ⅔ tasa / 40 g tinadtad na cilantro, tangkay at dahon
- ¼ tasa / 60 ML ng sariwang kinatas na lemon juice
- ½ tasa / 120 ML peanut oil
- 1 buto sa binti ng tupa, mga 5½ hanggang 6½ lb / 2.5 hanggang 3 kg
- 1 tasa / 240 ML ng tubig na kumukulo

MGA TAGUBILIN:
a) Ilagay ang unang 8 sangkap sa isang cast-iron na kawali at tuyo-ihaw sa katamtamang init sa loob ng isa o dalawa, hanggang sa magsimulang mag-pop ang mga pampalasa at maglabas ng kanilang mga aroma. Mag-ingat na huwag masunog ang mga ito. Idagdag ang nutmeg, luya, at paprika, ihagis ng ilang segundo, para lang mapainit ang mga ito, pagkatapos ay ilipat sa isang gilingan ng pampalasa. Iproseso ang mga pampalasa sa isang pare-parehong pulbos. Ilipat sa isang medium bowl at ihalo ang lahat ng natitirang sangkap, maliban sa tupa.

b) Gumamit ng maliit, matalas na kutsilyo para i-score ang binti ng tupa sa ilang lugar, na maghiwa-hiwalay ng ⅔ pulgada / 1.5 cm ang lalim sa taba at karne para makapasok ang marinade. Ilagay sa malaking kawali at kuskusin ang marinade sa buong ang tupa; gamitin ang iyong mga kamay upang imasahe ng mabuti ang karne. Takpan ang kawali gamit ang aluminum foil at iwanan ng hindi bababa sa ilang oras o, mas mabuti, palamigin magdamag.

c) Painitin muna ang oven sa 325°F / 170°C.
d) Ilagay ang tupa sa oven na ang mataba nitong bahagi ay nakaharap sa itaas at inihaw sa kabuuang mga 4½ na oras, hanggang ang karne ay ganap na malambot.
e) Pagkatapos ng 30 minuto ng pag-ihaw, idagdag ang kumukulong tubig sa kawali at gamitin ang likidong ito upang i-basted ang karne bawat oras o higit pa.
f) Magdagdag ng higit pang tubig, kung kinakailangan, siguraduhing laging may mga ¼ pulgada / 0.5 cm sa ilalim ng kawali. Sa huling 3 oras, takpan ang tupa ng foil upang maiwasang masunog ang mga pampalasa. Kapag tapos na, alisin ang tupa mula sa oven at hayaang magpahinga ng 10 minuto bago ukit at ihain.
g) Kumuha ng anim na indibiduwal na pita na bulsa at i-brush ang mga ito sa loob ng malawak na may isang spread na ginawa sa pamamagitan ng paghahalo ng ⅔ cup / 120 g tinadtad na de-latang kamatis, 2 kutsarita / 20 g harissa paste, 4 kutsarita / 20 g tomato paste, 1 kutsarang langis ng oliba, at ilang asin. at paminta. Kapag handa na ang tupa, painitin ang pitas sa isang mainit na ridged griddle pan hanggang sa magkaroon sila ng magagandang char mark sa magkabilang panig.
h) Hiwain ang mainit na tupa at gupitin ang mga hiwa sa ⅔-pulgada / 1.5cm na piraso. Itambak ang mga ito nang mataas sa bawat mainit na pita, kutsara ang ilan sa mga litson na likido mula sa kawali, bawasan, at tapusin ng tinadtad na sibuyas, tinadtad na perehil, at isang pagwiwisik ng sumac.

66. Mga Salmon Steak sa Chraimeh Sauce

MGA INGREDIENTS:
- ½ tasa / 110 ML ng langis ng mirasol
- 3 kutsarang all-purpose na harina
- 4 na steak ng salmon, mga 1 lb / 950 g
- 6 cloves na bawang, tinadtad nang magaspang
- 2 tsp matamis na paprika
- 1 tbsp caraway seeds, tuyong toasted at bagong giling
- 1½ tsp ground cumin
- bilugan ¼ tsp cayenne pepper
- bilugan ¼ tsp ground cinnamon
- 1 berdeng sili, tinadtad nang magaspang
- ⅔ tasa / 150 ML ng tubig
- 3 kutsarang tomato paste
- 2 tsp superfine sugar
- 1 lemon, gupitin sa 4 na wedges, kasama ang 2 tbsp na sariwang kinatas na lemon juice
- 2 kutsarang coarsely chopped cilantro
- asin at sariwang giniling na itim na paminta

MGA TAGUBILIN:

a) Init ang 2 kutsarang mantika ng sunflower sa mataas na apoy sa isang malaking kawali kung saan mayroon kang takip. Ilagay ang harina sa isang mababaw na mangkok, timplahan ng asin at paminta, at ihagis ang isda sa loob nito. Ipagpag ang labis na harina at igisa ang isda sa loob ng isang minuto o dalawa sa bawat panig, hanggang sa ginintuang. Alisin ang isda at punasan ang kawali.

b) Ilagay ang bawang, pampalasa, sili, at 2 kutsara ng langis ng mirasol sa isang food processor at blitz upang bumuo ng isang makapal na paste. Maaaring kailanganin mong magdagdag ng kaunti pang langis upang pagsamahin ang lahat.

c) Ibuhos ang natitirang mantika sa kawali, init na mabuti, at idagdag ang spice paste. Haluin at iprito sa loob lamang ng 30 segundo, upang hindi masunog ang mga pampalasa. Mabilis ngunit maingat (maaari itong dumura!) Idagdag ang tubig at tomato paste upang hindi maluto ang mga pampalasa. Pakuluan at idagdag ang asukal, lemon juice, ¾ kutsarita ng asin, at ilang paminta. Panlasa para sa pampalasa.

d) Ilagay ang isda sa sarsa, pakuluan ng mahina, takpan ang kawali at lutuin ng 7 hanggang 11 minuto, depende sa laki ng isda, hanggang sa maluto. Alisin ang kawali mula sa apoy, tanggalin ang takip, at hayaang lumamig. Ihain ang isda nang mainit lamang o sa temperatura ng silid. Palamutihan ang bawat paghahatid ng cilantro at isang lemon wedge.

67. Adobong Matamis at Maasim na Isda

MGA INGREDIENTS:
- 3 kutsarang langis ng oliba
- 2 katamtamang sibuyas, gupitin sa ⅜-pulgada / 1cm na hiwa (3 tasa / 350 g sa kabuuan)
- 1 kutsarang buto ng kulantro
- 2 paminta (1 pula at 1 dilaw), hinati sa kalahati ang haba, pinagbinhi, at gupitin sa mga piraso ⅜ pulgada / 1 cm ang lapad (3 tasa / 300 g sa kabuuan)
- 2 cloves bawang, durog
- 3 dahon ng bay
- 1½ kutsarang curry powder
- 3 kamatis, tinadtad (2 tasa / 320 g sa kabuuan)
- 2½ kutsarang asukal
- 5 kutsarang cider vinegar
- 1 lb / 500 g pollock, bakalaw, halibut, haddock, o iba pang puting fish fillet, nahahati sa 4 pantay na piraso
- tinimplahan na all-purpose na harina, para sa pag-aalis ng alikabok
- 2 napakalaking itlog, pinalo
- ⅓ tasa / 20 g tinadtad na cilantro

asin at sariwang giniling na itim na paminta

MGA TAGUBILIN:
a) Painitin muna ang oven sa 375°F / 190°C.
b) Init ang 2 kutsara ng langis ng oliba sa isang malaking ovenproof na kawali o Dutch oven sa katamtamang init. Idagdag ang mga sibuyas at buto ng kulantro at lutuin ng 5 minuto, madalas na pagpapakilos. Idagdag ang mga paminta at lutuin ng isa pang 10 minuto. Idagdag ang bawang, bay leaves, curry powder, at mga kamatis, at lutuin ng isa pang 8 minuto, paminsan-minsang pagpapakilos. Idagdag ang asukal, suka, 1½ kutsarita ng asin, at ilang itim na paminta at magpatuloy sa pagluluto para sa isa pang 5 minuto.
c) Samantala, painitin ang natitirang 1 kutsarang mantika sa isang hiwalay na kawali sa katamtamang init. Budburan ang isda ng kaunting asin, isawsaw sa harina, pagkatapos ay sa mga itlog, at magprito ng mga 3 minuto, paikutin nang isang beses. Ilipat ang isda sa mga tuwalya ng papel upang masipsip

ang labis na langis, pagkatapos ay idagdag sa kawali na may mga sili at sibuyas, itulak ang mga gulay sa isang tabi upang ang isda ay maupo sa ilalim ng kawali. Magdagdag ng sapat na tubig para lang isawsaw ang isda (mga 1 tasa / 250 ml) sa likido.

d) Ilagay ang kawali sa oven sa loob ng 10 hanggang 12 minuto, hanggang sa maluto ang isda. Alisin mula sa oven at hayaang lumamig sa temperatura ng kuwarto. Ang isda ay maaari na ngayong ihain, ngunit ito ay talagang mas mabuti pagkatapos ng isa o dalawang araw sa refrigerator. Bago ihain, tikman at magdagdag ng asin at paminta, kung kinakailangan, at palamutihan ng cilantro.

SIDE DISH AT SALADS

68. Batata Harra (Maanghang na Lebanese Potatoes)

MGA INGREDIENTS:
4 malalaking patatas, binalatan at gupitin sa maliliit na cubes
1/4 tasa ng langis ng oliba
5 cloves ng bawang, tinadtad
1 kutsarita ng ground coriander
1 kutsarita ng ground cumin
1 kutsarita ng paprika
1/2 kutsarita ng cayenne pepper (adjust sa panlasa)
Asin, sa panlasa
Sariwang cilantro o perehil, tinadtad (para sa dekorasyon)
Lemon wedges (para sa paghahatid)

MGA TAGUBILIN:
Ilagay ang mga patatas na cube sa isang palayok ng inasnan na tubig at pakuluan.
Pakuluan ang patatas sa loob ng mga 5-7 minuto hanggang sa lumambot ito ngunit hindi ganap na luto.
Alisan ng tubig ang patatas at itabi.
Sa isang malaking kawali o kawali, magpainit ng langis ng oliba sa katamtamang init.
Magdagdag ng tinadtad na bawang at igisa ng isang minuto hanggang mabango.
Magdagdag ng ground coriander, ground cumin, paprika, cayenne pepper, at asin sa kawali. Haluing mabuti upang pagsamahin ang mga pampalasa sa bawang at mantika.
Idagdag ang parboiled potato cubes sa kawali, ihagis ang mga ito upang pantay-pantay ang pinaghalong pampalasa.
Lutuin ang mga patatas ng mga 15-20 minuto o hanggang maging golden brown at malutong ang mga gilid.
Kapag luto na ang patatas, palamutihan ng tinadtad na sariwang cilantro o perehil.
Ihain nang mainit na may lemon wedges sa gilid para pigain ang patatas.
Maaari mong ihain ang Batata Harra na may kasamang sarsa ng bawang (toum) para sa dagdag na lasa.

69. Nakabaligtad na Talong

MGA INGREDIENTS:
- 1 kilo ng talong
- Kurot ng Asin
- 2 tasang Langis ng Gulay
- Kurot ng Paprika
- 3 tasang Tubig
- Kurot ng Cinnamon powder
- 300 g tinadtad na karne ng baka
- 1 1/2 tasa ng Bigas (hugasan at pinatuyo)
- 2 kutsarang inihaw na pine nuts

MGA TAGUBILIN:
a) Gupitin ang talong sa 12 bilog na manipis na hiwa, pagkatapos ay ibabad sa tubig sa isang mangkok sa loob ng 10 minuto. Alisin ang mga hiwa ng talong pagkatapos ibabad at patuyuin ang mga ito.
b) Init ang mantika at idagdag ang talong dito sa mga batch. Magprito ng talong sa magkabilang panig.
c) Ilagay sa papel sa kusina upang maubos at itabi.
d) Sa isa pang kawali, inihaw ang mga pine nuts na may kaunting mantika.
e) Ilagay ang karne sa isang non-stick na kawali, haluin palagi sa apoy hanggang maging kayumanggi.
f) Idagdag ang mga pampalasa at asin sa karne at ihalo nang mabuti.
g) Sa isang kasirola, ilagay ang mga hiwa ng talong, pagkatapos ay ilagay ang hilaw na bigas na may isang tasa at kalahating tubig, at isang maliit na asin at ghee. Takpan hanggang maluto ang kanin.
h) Sa isang malalim na ulam, ilagay ang pine nuts, pagkatapos ay ang karne, pagkatapos ay ang talong, pagkatapos ay ang kanin. Maglagay ng flat plate sa ibabaw at i-flip ang ulam.

70.Inihaw na Cauliflower at Hazelnut Salad

MGA INGREDIENTS:
- 1 ulo ng cauliflower, pinaghiwa-hiwalay sa maliliit na bulaklak (1½ lb / 660 g sa kabuuan)
- 5 kutsarang langis ng oliba
- 1 malaking tangkay ng kintsay, gupitin sa isang anggulo sa ¼-pulgada / 0.5cm na hiwa (⅔ tasa / 70 g sa kabuuan)
- 5 tbsp / 30 g hazelnuts, na may mga balat
- ⅓ tasa / 10 g maliit na flat-leaf na dahon ng parsley, pinili
- ⅓ tasa / 50 g buto ng granada (mula sa halos ½ medium na granada)
- masaganang ¼ tsp ground cinnamon
- masaganang ¼ tsp ground allspice
- 1 kutsarang suka ng sherry
- 1½ tsp maple syrup
- asin at sariwang giniling na itim na paminta

MGA TAGUBILIN:
a) Painitin muna ang oven sa 425°F / 220°C.
b) Paghaluin ang cauliflower na may 3 kutsara ng langis ng oliba, ½ kutsarita ng asin, at ilang itim na paminta. Ikalat sa isang roasting pan at inihaw sa itaas na oven rack sa loob ng 25 hanggang 35 minuto, hanggang ang cauliflower ay malutong at ang mga bahagi nito ay naging ginintuang kayumanggi. Ilipat sa isang malaking mangkok ng paghahalo at itabi upang lumamig.
c) Bawasan ang temperatura ng oven sa 325°F / 170°C. Ikalat ang mga hazelnut sa isang baking sheet na nilagyan ng parchment paper at inihaw ng 17 minuto.
d) Hayaang lumamig ng kaunti ang mga mani, pagkatapos ay gupitin ang mga ito at idagdag sa cauliflower, kasama ang natitirang langis at ang iba pang mga sangkap. Haluin, tikman, at timplahan ng asin at paminta nang naaayon. Ihain sa temperatura ng kuwarto.

71. Fricassee salad

MGA INGREDIENTS:
- 4 na sprigs ng rosemary
- 4 dahon ng bay
- 3 kutsarang black peppercorns
- humigit-kumulang 1⅔ tasa / 400 ML extra virgin olive oil
- 10½ oz / 300 g tuna steak, sa isang piraso o dalawa
- 1⅓ lb / 600 g Yukon Gold na patatas, binalatan at pinutol sa ¾-pulgada / 2cm na piraso
- ½ tsp giniling na turmeric
- 5 anchovy fillet, tinadtad nang magaspang
- 3 tbsp harissa paste (binili sa tindahan o tingnan ang recipe)
- 4 na kutsarang capers
- 2 tsp pinong tinadtad na napreserbang balat ng lemon, (binili sa tindahan o tingnan ang recipe)
- ½ tasa / 60 g itim na olibo, pitted at hatiin
- 2 kutsarang sariwang kinatas na lemon juice
- 5 oz / 140 g napreserbang piquillo peppers (mga 5 peppers), pinunit sa magaspang na piraso
- 4 na malalaking itlog, pinakuluang, binalatan, at pinaghiwa-hiwalay
- 2 baby gem lettuces (mga 5 oz / 140 g sa kabuuan), mga dahon na pinaghiwalay at napunit
- ⅔ oz / 20 g flat-leaf parsley, mga dahon na kinuha at pinunit
- asin

MGA TAGUBILIN:

a) Upang ihanda ang tuna, ilagay ang rosemary, dahon ng bay, at peppercorn sa isang maliit na kasirola at idagdag ang langis ng oliba. Init ang mantika hanggang sa ibaba lamang ng kumukulong punto, kapag nagsimulang lumabas ang maliliit na bula. Maingat na idagdag ang tuna (dapat natakpan ang tuna; kung hindi, magpainit pa ng mantika at idagdag sa kawali). Alisin mula sa apoy at mag-iwan ng ilang oras, walang takip, pagkatapos ay takpan ang kawali at palamigin nang hindi bababa sa 24 na oras.

b) Lutuin ang patatas na may turmerik sa maraming inasnan na tubig na kumukulo sa loob ng 10 hanggang 12 minuto, hanggang maluto. Alisan ng tubig nang maingat, siguraduhing walang tumalsik na tubig ng turmerik (ang mga mantsa ay masakit alisin!), at ilagay sa isang malaking mangkok ng paghahalo. Habang mainit pa ang patatas, idagdag ang dilis, harissa, capers, preserved lemon, olives, 6 tbsp / 90 ml ng tuna preserving oil, at ilan sa peppercorns mula sa mantika. Paghaluin nang malumanay at hayaang lumamig.

c) Iangat ang tuna mula sa natitirang mantika, hatiin ito sa kagat-laki ng mga tipak, at idagdag sa salad. Idagdag ang lemon juice, peppers, itlog, lettuce, at perehil. Ihagis nang dahan-dahan, tikman, magdagdag ng asin kung kailangan ito at posibleng mas maraming mantika, pagkatapos ay ihain.

72. Saffron Chicken at Herb Salad

MGA INGREDIENTS:
- 1 kahel
- 2½ kutsara / 50 g honey
- ½ tsp safron thread
- 1 kutsarang puting alak na suka
- 1¼ tasa / humigit-kumulang 300 ML ng tubig
- 2¼ lb / 1 kg na walang balat, walang buto na dibdib ng manok
- 4 tbsp langis ng oliba
- 2 maliit na bumbilya ng haras, hiniwa nang manipis
- 1 tasa / 15 g piniling dahon ng cilantro
- ⅔ tasa / 15 g piniling dahon ng basil, napunit
- 15 piniling dahon ng mint, napunit
- 2 kutsarang sariwang kinatas na lemon juice
- 1 pulang sili, hiniwa ng manipis
- 1 sibuyas na bawang, durog
- asin at sariwang giniling na itim na paminta

MGA TAGUBILIN:

a) Painitin muna ang oven sa 400°F / 200°C. Putulin at itapon ang ⅜ pulgada / 1 cm mula sa itaas at buntot ng orange at gupitin ito sa 12 wedges, na pinapanatili ang balat. Alisin ang anumang buto.

b) Ilagay ang mga wedges sa isang maliit na kasirola na may pulot, safron, suka, at sapat na tubig para matakpan ang orange wedges. Dalhin sa isang pigsa at kumulo malumanay para sa tungkol sa isang oras. Sa dulo dapat kang iwanang may malambot na orange at mga 3 kutsara ng makapal na syrup; magdagdag ng tubig sa panahon ng pagluluto kung ang likido ay masyadong mababa. Gumamit ng food processor upang i-blitz ang orange at syrup sa isang makinis, runny paste; muli, magdagdag ng kaunting tubig kung kinakailangan.

c) Paghaluin ang dibdib ng manok na may kalahating langis ng oliba at maraming asin at paminta at ilagay sa isang napakainit na ridged griddle pan. Maghain ng humigit-kumulang 2 minuto sa bawat panig upang makakuha ng malinaw na mga marka ng char sa kabuuan. Ilipat sa isang roasting pan at ilagay sa oven sa loob ng 15 hanggang 20 minuto, hanggang maluto lang.

d) Kapag ang manok ay sapat na upang mahawakan ngunit mainit pa rin, punitin ito gamit ang iyong mga kamay sa magaspang, medyo malalaking piraso. Ilagay sa isang malaking mixing bowl, ibuhos ang kalahati ng orange paste, at haluing mabuti. (Ang kalahati ay maaari mong itago sa refrigerator sa loob ng ilang araw. Ito ay magiging isang magandang karagdagan sa isang herb salsa upang ihain kasama ng mamantika na isda tulad ng mackerel o salmon.) Idagdag ang natitirang mga sangkap sa salad, kabilang ang natitirang bahagi ng langis ng oliba, at ihagis nang malumanay. Tikman, magdagdag ng asin at paminta, at, kung kinakailangan, mas maraming langis ng oliba at lemon juice.

73. Root vegetable slaw na may labneh

MGA INGREDIENTS:
- 3 medium beets (1 lb / 450 g sa kabuuan)
- 2 katamtamang karot (9 oz / 250 g sa kabuuan)
- ½ ugat ng kintsay (10 oz / 300 g sa kabuuan)
- 1 medium kohlrabi (9 oz / 250 g sa kabuuan)
- 4 na kutsarang sariwang kinatas na lemon juice
- 4 tbsp langis ng oliba
- 3 kutsarang suka ng sherry
- 2 tsp superfine sugar
- ¾ tasa / 25 g dahon ng cilantro, tinadtad nang magaspang
- ¾ tasa / 25 g dahon ng mint, ginutay-gutay
- ⅔ tasa / 20 g flat-leaf na dahon ng parsley, tinadtad nang magaspang
- ½ kutsarang gadgad na lemon zest
- 1 tasa / 200 g labneh (binili sa tindahan o tingnan ang recipe)
- asin at sariwang giniling na itim na paminta
- Balatan ang lahat ng mga gulay at hiwain ng manipis, mga 1/16 maliit na mainit na sili, pinong tinadtad

MGA TAGUBILIN:
a) Ilagay ang lemon juice, olive oil, suka, asukal, at 1 kutsarita ng asin sa isang maliit na kasirola. Dalhin sa mahinang kumulo at haluin hanggang matunaw ang asukal at asin. Alisin mula sa init.
b) Patuyuin ang mga piraso ng gulay at ilipat sa isang tuwalya ng papel upang matuyo nang mabuti. Patuyuin ang mangkok at palitan ang mga gulay. Ibuhos ang mainit na dressing sa mga gulay, haluing mabuti, at hayaang lumamig. Ilagay sa refrigerator nang hindi bababa sa 45 minuto.
c) Kapag handa nang ihain, idagdag ang mga herbs, lemon zest, at 1 kutsarita ng black pepper sa salad. Haluin nang mabuti, tikman, at magdagdag ng higit pang asin kung kinakailangan. Itambak sa mga serving plate at ihain na may kasamang labneh sa gilid.

74. Tabbouleh

MGA INGREDIENTS:
- 1 tasa ng bulgur na trigo
- 2 tasang tubig na kumukulo
- 3 tasa ng sariwang perehil, pinong tinadtad
- 1 tasa sariwang mint, pinong tinadtad
- 4 na kamatis, pinong tinadtad
- 1 pipino, pinong tinadtad
- 1/2 pulang sibuyas, pinong tinadtad
- 1/4 tasa ng langis ng oliba
- Juice ng 2 lemon
- Asin at paminta para lumasa

MGA TAGUBILIN:
a) Ilagay ang bulgur sa isang mangkok at ibuhos ang kumukulong tubig dito. Takpan at hayaan itong umupo ng mga 20 minuto o hanggang sa masipsip ang tubig.
b) I-fluff ang bulgur gamit ang isang tinidor at hayaan itong lumamig.
c) Sa isang malaking mangkok, pagsamahin ang tinadtad na perehil, mint, kamatis, pipino, at pulang sibuyas.
d) Idagdag ang pinalamig na bulgur sa mga gulay.
e) Sa isang maliit na mangkok, haluin ang langis ng oliba, lemon juice, asin, at paminta. Ibuhos sa salad at ihagis upang pagsamahin.
f) Ayusin ang pampalasa sa panlasa at palamigin bago ihain.

75. Mixed Bean Salad

MGA INGREDIENTS:
- 10 oz / 280 g yellow beans, pinutol (kung hindi available, doblehin ang dami ng green beans)
- 10 oz / 280 g green beans, pinutol
- 2 pulang paminta, gupitin sa ¼-pulgada / 0.5cm na piraso
- 3 tbsp langis ng oliba, kasama ang 1 tsp para sa mga paminta
- 3 cloves na bawang, hiniwa ng manipis
- 6 tbsp / 50 g capers, banlawan at tuyo
- 1 tsp buto ng kumin
- 2 tsp buto ng kulantro
- 4 na berdeng sibuyas, hiniwa nang manipis
- ⅓ tasa / 10 g tarragon, tinadtad nang magaspang
- ⅔ tasa / 20 g piniling dahon ng chervil (o pinaghalong piniling dill at ginutay-gutay na perehil)
- gadgad na zest ng 1 lemon
- asin at sariwang giniling na itim na paminta

MGA TAGUBILIN:

a) Painitin muna ang oven sa 450°F / 220°C.
b) Pakuluan ang isang malaking kawali na may maraming tubig at idagdag ang yellow beans. Pagkatapos ng 1 minuto, idagdag ang green beans at lutuin ng isa pang 4 na minuto, o hanggang sa maluto ang beans ngunit malutong pa rin. I-refresh sa ilalim ng malamig na tubig, alisan ng tubig, patuyuin, at ilagay sa isang malaking mixing bowl.
c) Samantala, ihagis ang mga sili sa 1 kutsarita ng mantika, ikalat sa isang baking sheet, at ilagay sa oven sa loob ng 5 minuto, o hanggang malambot. Alisin mula sa oven at idagdag sa mangkok na may nilutong beans.
d) Init ang 3 kutsarang langis ng oliba sa isang maliit na kasirola. Idagdag ang bawang at lutuin ng 20 segundo; idagdag ang capers (ingat, dumura sila!) at iprito para sa isa pang 15 segundo.
e) Idagdag ang cumin at coriander seeds at ipagpatuloy ang pagprito para sa isa pang 15 segundo. Ang bawang ay dapat na naging ginto sa ngayon. Alisin mula sa apoy at ibuhos kaagad ang mga nilalaman ng kawali sa ibabaw ng beans. Ihagis at idagdag ang berdeng sibuyas, herbs, lemon zest, isang masaganang ¼ kutsarita ng asin, at itim na paminta.
f) Ihain, o panatilihin sa refrigerator hanggang sa isang araw. Tandaan lamang na ibalik sa temperatura ng silid bago ihain.

76.Kohlrabi Salad

MGA INGREDIENTS:
- 3 katamtamang kohlrabie (1⅔ lb / 750 g sa kabuuan)
- ⅓ tasa / 80 g Greek yogurt
- 5 tbsp / 70 g kulay-gatas
- 3 kutsarang mascarpone cheese
- 1 maliit na sibuyas na bawang, durog
- 1½ tsp sariwang kinatas na lemon juice
- 1 kutsarang langis ng oliba
- 2 kutsarang pinong ginutay-gutay na sariwang mint
- 1 tsp pinatuyong mint
- mga 12 sprigs / 20 g baby watercress
- ¼ tsp sumac
- asin at puting paminta

MGA TAGUBILIN:
a) Balatan ang kohlrabies, gupitin sa ⅔-inch / 1.5cm dice, at ilagay sa isang malaking mixing bowl. Itabi at gawin ang dressing.

b) Ilagay ang yogurt, sour cream, mascarpone, bawang, lemon juice, at olive oil sa isang medium bowl. Magdagdag ng ¼ kutsarita ng asin at isang malusog na giling ng paminta at haluin hanggang makinis. Idagdag ang dressing sa kohlrabi, na sinusundan ng sariwa at tuyo na mint at kalahati ng watercress.

c) Dahan-dahang pukawin, pagkatapos ay ilagay sa isang serving dish. Dot ang natitirang watercress sa itaas at iwiwisik ang sumac.

77.Spiced Chickpeas at Vegetable Salad

MGA INGREDIENTS:
- ½ tasa / 100 g pinatuyong chickpeas
- 1 tsp baking soda
- 2 maliit na pipino (10 oz / 280 g sa kabuuan)
- 2 malalaking kamatis (10½ oz / 300 g sa kabuuan)
- 8½ oz / 240 g labanos
- 1 pulang paminta, may binhi at tadyang inalis
- 1 maliit na pulang sibuyas, binalatan
- ⅔ oz / 20 g dahon at tangkay ng cilantro, tinadtad nang magaspang
- ½ oz / 15 g flat-leaf parsley, tinadtad nang magaspang
- 6 tbsp / 90 ML ng langis ng oliba
- grated zest ng 1 lemon, kasama ang 2 tbsp juice
- 1½ kutsarang suka ng sherry
- 1 sibuyas na bawang, durog
- 1 tsp superfine sugar
- 1 tsp ground cardamom
- 1½ tsp ground allspice
- 1 tsp ground cumin
- Greek yogurt (opsyonal)
- asin at sariwang giniling na itim na paminta

MGA TAGUBILIN:
a) Ibabad ang pinatuyong chickpeas magdamag sa isang malaking mangkok na may maraming malamig na tubig at baking soda. Sa susunod na araw, alisan ng tubig, ilagay sa isang malaking kasirola, at takpan ng tubig na doble ang dami ng chickpeas. Pakuluan at kumulo, alisin ang anumang bula, nang halos isang oras, hanggang sa ganap na lumambot, pagkatapos ay alisan ng tubig.

b) Gupitin ang pipino, kamatis, labanos, at paminta sa ⅔-pulgada / 1.5cm na dice; gupitin ang sibuyas sa ¼-inch / 0.5cm dice. Paghaluin ang lahat sa isang mangkok na may cilantro at perehil.

c) Sa isang garapon o sealable na lalagyan, paghaluin ang 5 tbsp / 75 ml ng olive oil, ang lemon juice at zest, suka, bawang, at asukal at haluing mabuti para maging dressing, pagkatapos ay timplahan ng asin at paminta ayon sa panlasa. Ibuhos ang dressing sa salad at ihalo nang bahagya.

d) Paghaluin ang cardamom, allspice, cumin, at ¼ kutsarita ng asin at ikalat sa isang plato. Ihagis ang mga nilutong chickpeas sa pinaghalong pampalasa sa ilang batch upang mabalot ng mabuti. Init ang natitirang langis ng oliba sa isang kawali sa katamtamang init at bahagyang iprito ang mga chickpeas sa loob ng 2 hanggang 3 minuto, malumanay na inalog ang kawali upang maluto ang mga ito nang pantay-pantay at hindi dumikit. Manatiling mainit.

e) Hatiin ang salad sa apat na plato, ayusin ito sa isang malaking bilog, at kutsara ang mainit-init na spiced chickpeas sa itaas, na pinananatiling malinaw ang gilid ng salad. Maaari kang magbuhos ng ilang Greek yogurt sa ibabaw upang gawing creamy ang salad.

78. Spicy Beet, Leek at Walnut Salad

MGA INGREDIENTS:
- 4 katamtamang beet (⅓ lb / 600 g sa kabuuan pagkatapos maluto at magbalat)
- 4 na medium leeks, gupitin sa 4-pulgada / 10cm na mga segment (4 na tasa / 360 g sa kabuuan)
- ½ oz / 15 g cilantro, tinadtad nang magaspang
- 1¼ tasa / 25 g arugula
- ⅓ tasa / 50 g buto ng granada (opsyonal)
- NAGBIBIHIS
- 1 tasa / 100 g ng mga walnut, tinadtad nang magaspang
- 4 cloves na bawang, pinong tinadtad
- ½ tsp chile flakes
- ¼ tasa / 60 ml cider vinegar
- 2 kutsarang tubig ng sampalok
- ½ tsp langis ng walnut
- 2½ kutsarang mantika ng mani
- 1 tsp asin

MGA TAGUBILIN:
a) Painitin muna ang oven sa 425°F / 220°C.
b) Isa-isang balutin ang mga beet sa aluminum foil at i-ihaw ang mga ito sa oven sa loob ng 1 hanggang 1½ oras, depende sa laki nito. Kapag naluto na, dapat ay madali mong maidikit ang isang maliit na kutsilyo sa gitna. Alisin sa oven at itabi para lumamig.
c) Kapag sapat na ang lamig upang mahawakan, alisan ng balat ang mga beet, hatiin sa kalahati, at gupitin ang bawat kalahati sa mga wedges na ⅜ pulgada / 1 cm ang kapal sa base. Ilagay sa isang medium bowl at itabi.
d) Ilagay ang mga leeks sa isang medium na kawali na may inasnan na tubig, pakuluan, at kumulo sa loob ng 10 minuto, hanggang sa maluto lamang; mahalagang pakuluan ang mga ito ng malumanay at huwag mag-overcook para hindi malaglag. Patuyuin at i-refresh sa ilalim ng malamig na tubig, pagkatapos ay gumamit ng napakatalim na may ngipin na kutsilyo upang gupitin ang bawat bahagi sa 3 mas maliliit na piraso at patuyuin. Ilipat sa isang mangkok, hiwalay sa mga beet, at itabi.

e) Habang nagluluto ang mga gulay, paghaluin ang lahat ng sangkap ng dressing at iwanan sa isang tabi nang hindi bababa sa 10 minuto para magsama-sama ang lahat ng lasa.
f) Hatiin ang walnut dressing at ang cilantro nang pantay-pantay sa pagitan ng mga beets at leeks at ihalo nang dahan-dahan. Tikman pareho at magdagdag ng higit pang asin kung kinakailangan.
g) Upang pagsamahin ang salad, ikalat ang karamihan sa mga beet sa isang serving platter, itaas na may ilang arugula, pagkatapos ay karamihan sa mga leeks, pagkatapos ay ang natitirang mga beets, at tapusin na may higit pang mga leeks at arugula. Iwiwisik ang mga buto ng granada, kung gagamitin, at ihain.

79. Chunky zucchini at tomato salad

MGA INGREDIENTS:
- 8 maputlang berdeng zucchini o regular na zucchini (mga 2¼ lb / 1 kg sa kabuuan)
- 5 malalaking kamatis na hinog na (1¾ lb / 800 g sa kabuuan)
- 3 kutsarang langis ng oliba, dagdag pa para matapos
- 2½ tasa / 300 g Greek yogurt
- 2 cloves bawang, durog
- 2 pulang sili, pinagbinhan at tinadtad
- gadgad na sarap ng 1 katamtamang lemon at 2 kutsarang sariwang kinatas na lemon juice
- 1 tbsp date syrup, dagdag pa para matapos
- 2 tasa / 200 g ng mga walnut, tinadtad nang magaspang
- 2 kutsarang tinadtad na mint
- ⅔ oz / 20 g flat-leaf parsley, tinadtad
- asin at sariwang giniling na itim na paminta

MGA TAGUBILIN:

a) Painitin muna ang oven sa 425°F / 220°C. Maglagay ng ridged griddle pan sa mataas na apoy.

b) Gupitin ang zucchini at gupitin sa kalahati ang haba. Hatiin din ang mga kamatis. I-brush ang zucchini at mga kamatis na may langis ng oliba sa gilid ng hiwa at timplahan ng asin at paminta.

c) Sa ngayon ang kawali ay dapat na mainit na mainit. Magsimula sa zucchini. Ilagay ang ilan sa mga ito sa kawali, gupitin sa gilid, at lutuin ng 5 minuto; ang zucchini ay dapat na maganda ang charred sa isang gilid. Ngayon alisin ang zucchini at ulitin ang parehong proseso sa mga kamatis. Ilagay ang mga gulay sa isang litson na kawali at ilagay sa oven sa loob ng mga 20 minuto, hanggang sa malambot ang zucchini.

d) Alisin ang kawali mula sa oven at hayaang lumamig nang bahagya ang mga gulay. I-chop ang mga ito ng magaspang at iwanan upang maubos sa isang colander sa loob ng 15 minuto.

e) Pagsamahin ang yogurt, bawang, chile, lemon zest at juice, at molasses sa isang malaking mixing bowl. Idagdag ang tinadtad na mga gulay, mga walnuts, mint, at karamihan sa perehil at haluing mabuti. Timplahan ng ¾ kutsarita ng asin at kaunting paminta.

f) Ilipat ang salad sa isang malaki, mababaw na serving plate at ikalat ito. Palamutihan ng natitirang perehil. Panghuli, ibuhos ang ilang date syrup at langis ng oliba.

80.Parsley at Barley Salad

MGA INGREDIENTS:
- ¼ tasa / 40 g perlas barley
- 5 oz / 150 g feta cheese
- 5½ kutsarang langis ng oliba
- 1 tsp za'atar
- ½ tsp buto ng kulantro, bahagyang inihaw at dinurog
- ¼ tsp ground cumin
- 3 oz / 80 g flat-leaf parsley, dahon at pinong tangkay
- 4 na berdeng sibuyas, pinong tinadtad (⅓ tasa / 40 g sa kabuuan)
- 2 cloves bawang, durog
- ⅓ tasa / 40 g cashew nuts, bahagyang inihaw at dinurog nang magaspang
- 1 berdeng paminta, binulaan at hiniwa sa ⅜-pulgada / 1cm na dice
- ½ tsp ground allspice
- 2 kutsarang sariwang kinatas na lemon juice
- asin at sariwang giniling na itim na paminta

MGA TAGUBILIN:

a) Ilagay ang pearl barley sa isang maliit na kasirola, takpan ng maraming tubig, at pakuluan ng 30 hanggang 35 minuto, hanggang lumambot ngunit may kagat. Ibuhos sa isang pinong salaan, kalugin upang alisin ang lahat ng tubig, at ilipat sa isang malaking mangkok.

b) Hatiin ang feta sa magaspang na piraso, mga ¾ pulgada / 2 cm ang laki, at ihalo sa isang maliit na mangkok na may 1½ kutsara ng langis ng oliba, ang za'atar, ang mga buto ng kulantro, at ang kumin. Dahan-dahang paghaluin at hayaang mag-marinate habang inihahanda mo ang natitirang salad.

c) I-chop ang parsley ng makinis at ilagay sa isang mangkok na may berdeng sibuyas, bawang, kasoy, paminta, allspice, lemon juice, ang natitirang langis ng oliba, at ang nilutong barley. Haluing mabuti at timplahan ayon sa panlasa. Upang ihain, hatiin ang salad sa apat na plato at itaas ang inatsara na feta.

81. Fattoush Salad

MGA INGREDIENTS:
- 2 kamatis, hiniwa
- 1 pipino, diced
- 1 pulang sibuyas, pinong tinadtad
- 1 berdeng paminta, hiniwa
- 1 tasang labanos, hiniwa
- 1 tasa sariwang perehil, tinadtad
- 1 tasang toasted pita bread, pinunit sa mga piraso
- 1/4 tasa ng langis ng oliba
- 2 kutsarang lemon juice
- 1 kutsarita lupa sumac
- Asin at paminta para lumasa

MGA TAGUBILIN:
a) Sa isang malaking mangkok, pagsamahin ang mga kamatis, pipino, pulang sibuyas, berdeng paminta, labanos, at perehil.
b) Idagdag ang toasted pita bread pieces.
c) Sa isang maliit na mangkok, haluin ang langis ng oliba, lemon juice, sumac, asin, at paminta.
d) Ibuhos ang dressing sa salad at ihagis nang malumanay bago ihain.

82.Maanghang na salad ng karot

MGA INGREDIENTS:
- 6 na malalaking karot, binalatan (mga 1½ lb / 700 g sa kabuuan)
- 3 kutsarang langis ng mirasol
- 1 malaking sibuyas, pinong tinadtad (2 tasa / 300 g sa kabuuan)
- 1 kutsarang Pilpelchuma o 2 kutsarang harissa (binili sa tindahan o tingnan ang recipe)
- ½ tsp ground cumin
- ½ tsp caraway seeds, sariwang giniling
- ½ tsp asukal
- 3 kutsarang cider vinegar
- 1½ tasa / 30 g dahon ng arugula
- asin

MGA TAGUBILIN:
a) Ilagay ang mga karot sa isang malaking kasirola, takpan ng tubig, at pakuluan. Bawasan ang init, takpan, at lutuin ng mga 20 minuto, hanggang sa malambot na lang ang mga karot. Alisan ng tubig at, sa sandaling lumamig na upang mahawakan, gupitin sa ¼-pulgada / 0.5cm na hiwa.

b) Habang nagluluto ang mga karot, painitin ang kalahati ng mantika sa isang malaking kawali. Idagdag ang sibuyas at lutuin sa katamtamang apoy sa loob ng 10 minuto, hanggang sa ginintuang kayumanggi.

c) Ilagay ang pritong sibuyas sa isang malaking mixing bowl at idagdag ang pilpelchuma, cumin, caraway, ¾ kutsarita ng asin, asukal, suka, at ang natitirang mantika. Idagdag ang carrots at ihalo ng mabuti. Mag-iwan ng hindi bababa sa 30 minuto para ang mga lasa ay tumanda.

d) Ayusin ang salad sa isang malaking platter, lagyan ng tuldok ang arugula habang pupunta ka.

MGA SABAW

83. Watercress at chickpea na sopas na may rosas na tubig

MGA INGREDIENTS:
- 2 medium carrots (9 oz / 250 g sa kabuuan), gupitin sa ¾-inch / 2cm dice
- 3 kutsarang langis ng oliba
- 2½ tsp ras el hanout
- ½ tsp giniling na kanela
- 1½ tasa / 240 g nilutong chickpeas, sariwa o de-latang
- 1 katamtamang sibuyas, hiniwa ng manipis
- 2½ tbsp / 15 g binalatan at pinong tinadtad na sariwang luya
- 2½ tasa / 600 ML stock ng gulay
- 7 oz / 200 g watercress
- 3½ oz / 100 g dahon ng spinach
- 2 tsp superfine sugar
- 1 tsp rosas na tubig
- asin
- Greek yogurt, ihain (opsyonal)
- Painitin muna ang oven sa 425°F / 220°C.

MGA TAGUBILIN:

a) Paghaluin ang mga karot na may 1 kutsara ng langis ng oliba, ang ras el hanout, kanela, at isang masaganang pakurot ng asin at ikalat nang patag sa isang kawali na nilagyan ng parchment paper. Ilagay sa oven sa loob ng 15 minuto, pagkatapos ay idagdag ang kalahati ng mga chickpeas, haluing mabuti, at lutuin ng isa pang 10 minuto, hanggang sa lumambot ang karot ngunit mayroon pa ring kagat.

b) Samantala, ilagay ang sibuyas at luya sa isang malaking kasirola. Igisa kasama ang natitirang langis ng oliba sa loob ng mga 10 minuto sa katamtamang init, hanggang ang sibuyas ay ganap na malambot at ginintuang. Idagdag ang natitirang mga chickpeas, stock, watercress, spinach, asukal, at ¾ kutsarita ng asin, haluing mabuti, at pakuluan. Magluto ng isang minuto o dalawa, hanggang sa matuyo ang mga dahon.

c) Gamit ang food processor o blender, blitz ang sopas hanggang makinis. Idagdag ang rosas na tubig, pukawin, tikman, at magdagdag ng higit pang asin o rosas na tubig kung gusto mo. Itabi hanggang sa maging handa ang carrot at chickpeas, pagkatapos ay initin muli upang ihain.

d) Upang ihain, hatiin ang sopas sa apat na mangkok at itaas ang mainit na karot at chickpeas at, kung gusto mo, mga 2 kutsarita ng yogurt bawat bahagi.

84.Mainit na yogurt at barley na sopas

MGA INGREDIENTS:
- 6¾ tasa / 1.6 litro ng tubig
- 1 tasa / 200 g perlas barley
- 2 medium na sibuyas, pinong tinadtad
- 1½ tsp pinatuyong mint
- 4 tbsp / 60 g unsalted butter
- 2 malalaking itlog, pinalo
- 2 tasa / 400 g Greek yogurt
- ⅔ oz / 20 g sariwang mint, tinadtad
- ⅓ oz / 10 g flat-leaf parsley, tinadtad
- 3 berdeng sibuyas, hiniwa nang manipis
- asin at sariwang giniling na itim na paminta

MGA TAGUBILIN:
a) Pakuluan ang tubig kasama ang barley sa isang malaking kasirola, magdagdag ng 1 kutsarita ng asin, at kumulo hanggang maluto ang barley ngunit al dente pa rin, 15 hanggang 20 minuto. Alisin mula sa init. Kapag naluto na, kakailanganin mo ng 4¾ cups / 1.1 liters ng cooking liquid para sa sopas; top up ng tubig kung mas kaunti dahil sa evaporation.

b) Habang nagluluto ang barley, igisa ang sibuyas at pinatuyong mint sa katamtamang init sa mantikilya hanggang malambot, mga 15 minuto. Idagdag ito sa nilutong barley.

c) Pagsamahin ang mga itlog at yogurt sa isang malaking mangkok na hindi tinatablan ng init. Dahan-dahang ihalo ang ilan sa barley at tubig, isang sandok sa isang pagkakataon, hanggang sa uminit ang yogurt. Ito ay magpapainit sa yogurt at mga itlog at pipigilan ang mga ito sa paghahati kapag idinagdag sa mainit na likido.

d) Idagdag ang yogurt sa kaldero ng sopas at bumalik sa katamtamang init, patuloy na pagpapakilos, hanggang sa kumulo ang sopas. Alisin mula sa apoy, idagdag ang mga tinadtad na damo at berdeng sibuyas at suriin ang pampalasa.

e) Ihain nang mainit.

85.Cannellini bean at sopas ng tupa

MGA INGREDIENTS:
- 1 kutsarang langis ng mirasol
- 1 maliit na sibuyas (5 oz / 150 g sa kabuuan), makinis na tinadtad
- ¼ maliit na ugat ng celery, binalatan at pinutol sa ¼-pulgada / 0.5cm na dice (6 oz / 170 g sa kabuuan)
- 20 malalaking cloves ng bawang, binalatan ngunit buo
- 1 tsp ground cumin
- 1 lb / 500 g lamb stew meat (o baka kung gusto mo), gupitin sa ¾-inch / 2cm cubes
- 7 tasa / 1.75 litro ng tubig
- ½ tasa / 100 g pinatuyong cannellini o pinto beans, ibinabad magdamag sa maraming malamig na tubig, pagkatapos ay pinatuyo
- 7 cardamom pods, bahagyang dinurog
- ½ tsp giniling na turmeric
- 2 kutsarang tomato paste
- 1 tsp superfine sugar
- 9 oz / 250 g Yukon Gold o iba pang patatas na may dilaw na laman, binalatan at pinutol sa ¾-inch / 2cm cube
- asin at sariwang giniling na itim na paminta
- tinapay, upang ihain
- sariwang kinatas na lemon juice, upang ihain
- tinadtad na cilantro o Zhoug

MGA TAGUBILIN:
a) Init ang mantika sa isang malaking kawali at lutuin ang sibuyas at ugat ng kintsay sa katamtamang apoy sa loob ng 5 minuto, o hanggang sa magsimulang magkulay brown ang sibuyas. Idagdag ang mga clove ng bawang at kumin at magluto ng karagdagang 2 minuto. Alisin ang apoy at itabi.

b) Ilagay ang karne at tubig sa isang malaking kasirola o Dutch oven sa katamtamang init, pakuluan, ibaba ang apoy, at kumulo sa loob ng 10 minuto, i-skim ang ibabaw nang madalas hanggang sa makakuha ka ng malinaw na sabaw. Idagdag ang sibuyas at celery root mix, ang pinatuyo na beans, cardamom, turmeric, tomato paste, at asukal. Pakuluan, takpan, at pakuluan ng dahan-dahan sa loob ng 1 oras, o hanggang malambot ang karne.

c) Idagdag ang patatas sa sopas at timplahan ng 1 kutsarita ng asin at ½ kutsarita ng itim na paminta.

d) Ibalik sa pigsa, ibaba ang apoy, at kumulo, walang takip, para sa isa pang 20 minuto, o hanggang sa lumambot ang patatas at beans. Ang sopas ay dapat na makapal. Hayaang bumubula ito nang kaunti, kung kinakailangan, upang mabawasan, o magdagdag ng ilang tubig. Tikman at magdagdag ng higit pang pampalasa ayon sa gusto mo.

e) Ihain ang sopas na may tinapay at ilang lemon juice at sariwang tinadtad na cilantro, o zhoug.

86.Seafood at Fennel Soup

MGA INGREDIENTS:
- 2 kutsarang langis ng oliba
- 4 na butil ng bawang, hiniwa ng manipis
- 2 fennel bulbs (10½ oz / 300 g sa kabuuan), pinutol at pinutol sa manipis na mga wedge
- 1 malaking waxy patatas (7 oz / 200 g sa kabuuan), binalatan at gupitin sa ⅔-pulgada / 1.5cm na cube
- 3 tasa / 700 ML stock ng isda (o stock ng manok o gulay, kung gusto)
- ½ medium preserved lemon (½ oz / 15 g sa kabuuan), binili sa tindahan o tingnan ang recipe
- 1 pulang sili, hiniwa (opsyonal)
- 6 na kamatis (14 oz / 400 g sa kabuuan), binalatan at gupitin sa apat na bahagi
- 1 kutsarang matamis na paprika
- magandang kurot ng safron
- 4 na kutsarang pinong tinadtad na flat-leaf parsley
- 4 na fillet sea bass (mga 10½ oz / 300 g sa kabuuan), balat, gupitin sa kalahati
- 14 na tahong (mga 8 oz / 220 g sa kabuuan)
- 15 kabibe (mga 4½ oz / 140 g sa kabuuan)
- 10 hipon ng tigre (mga 8 oz / 220 g sa kabuuan), sa kanilang mga shell o binalatan at itinali
- 3 kutsarang arak, ouzo, o Pernod
- 2 tsp tinadtad na tarragon (opsyonal)
- asin at sariwang giniling na itim na paminta

MGA TAGUBILIN:
a) Ilagay ang langis ng oliba at bawang sa isang malawak, mababang-rimmed na kawali at lutuin sa katamtamang apoy sa loob ng 2 minuto nang walang kulay ang bawang. Haluin ang haras at patatas at lutuin ng karagdagang 3 hanggang 4 na minuto. Idagdag ang stock at preserved lemon, timplahan ng ¼ kutsarita ng asin at ilang itim na paminta, pakuluan, pagkatapos ay takpan at lutuin sa mahinang apoy sa loob ng 12 hanggang 14 minuto, hanggang sa maluto ang patatas. Idagdag ang chile (kung ginagamit), mga kamatis, pampalasa,

at kalahati ng perehil at lutuin ng karagdagang 4 hanggang 5 minuto.
b) Magdagdag ng hanggang sa isa pang 1¼ tasa / 300 ml ng tubig sa puntong ito, hangga't kinakailangan upang masakop lamang ang isda upang i-poach ito, at muling pakuluan. Idagdag ang sea bass at shellfish, takpan ang kawali, at hayaang kumulo nang husto sa loob ng 3 hanggang 4 na minuto, hanggang sa bumukas ang shellfish at maging pink ang mga hipon.
c) Gamit ang isang slotted na kutsara, alisin ang isda at shellfish mula sa sopas. Kung medyo matubig pa, hayaang kumulo ang sabaw ng ilang minuto para mabawasan. Idagdag ang arak at lasa para sa pampalasa.
d) Panghuli, ibalik ang shellfish at isda sa sopas upang mapainit muli ang mga ito. Ihain nang sabay-sabay, pinalamutian ng natitirang parsley at tarragon, kung gagamitin.

87.Pistachio na sopas

MGA INGREDIENTS:
- 2 tbsp tubig na kumukulo
- ¼ tsp na sinulid ng safron
- 1⅔ tasa / 200 g may kabibi na unsalted pistachios
- 2 tbsp / 30 g unsalted butter
- 4 na shallots, pinong tinadtad (3½ oz / 100 g sa kabuuan)
- 1 oz / 25 g luya, binalatan at pinong tinadtad
- 1 leek, pinong tinadtad (1¼ tasa / 150 g sa kabuuan)
- 2 tsp ground cumin
- 3 tasa / 700 ML stock ng manok
- ⅓ tasa / 80 ML sariwang kinatas na orange juice
- 1 kutsarang sariwang kinatas na lemon juice
- asin at sariwang giniling na itim na paminta
- kulay-gatas, upang ihain

MGA TAGUBILIN:
a) Painitin muna ang oven sa 350°F / 180°C. Ibuhos ang kumukulong tubig sa mga sinulid ng safron sa isang maliit na tasa at iwanan upang mag-infuse sa loob ng 30 minuto.

b) Upang alisin ang mga balat ng pistachio, paputiin ang mga mani sa kumukulong tubig sa loob ng 1 minuto, alisan ng tubig, at habang mainit pa, alisin ang mga balat sa pamamagitan ng pagpindot sa mga mani sa pagitan ng iyong mga daliri. Hindi lahat ng balat ay lalabas gaya ng mga almendras—mabuti ito dahil hindi ito makakaapekto sa sopas—ngunit ang pag-alis ng ilang balat ay magpapaganda ng kulay, na ginagawa itong mas maliwanag na berde. Ikalat ang mga pistachio sa isang baking sheet at inihaw sa oven sa loob ng 8 minuto. Alisin at hayaang lumamig.

c) Init ang mantikilya sa isang malaking kasirola at idagdag ang mga shallots, luya, leek, cumin, ½ kutsarita ng asin, at ilang itim na paminta. Igisa sa katamtamang init sa loob ng 10 minuto, haluin nang madalas, hanggang sa ang mga shallots ay ganap na lumambot. Idagdag ang stock at kalahati ng safron liquid. Takpan ang kawali, ibaba ang apoy, at hayaang kumulo ang sabaw sa loob ng 20 minuto.

d) Ilagay ang lahat maliban sa 1 kutsara ng pistachios sa isang malaking mangkok kasama ang kalahati ng sopas. Gumamit ng handheld blender upang i-blitz hanggang makinis at pagkatapos ay ibalik ito sa kasirola. Idagdag ang orange at lemon juice, magpainit muli, at tikman upang ayusin ang pampalasa.

e) Upang ihain, gupitin nang magaspang ang mga nakareserbang pistachio. Ilipat ang mainit na sopas sa mga mangkok at itaas na may isang kutsarang puno ng kulay-gatas. Budburan ang pistachios at ibuhos ang natitirang saffron liquid.

88. Nasusunog na Talong at Mograbieh Soup

MGA INGREDIENTS:
- 5 maliliit na talong (mga 2½ lb / 1.2 kg sa kabuuan)
- langis ng mirasol, para sa Pagprito
- 1 sibuyas, hiniwa (mga 1 tasa / 125 g sa kabuuan)
- 1 kutsarang buto ng kumin, sariwang giniling
- 1½ tsp tomato paste
- 2 malalaking kamatis (12 oz / 350 g sa kabuuan), balat at diced
- 1½ tasa / 350 ML stock ng manok o gulay
- 1⅔ tasa / 400 ML ng tubig
- 4 cloves na bawang, durog
- 2½ tsp asukal
- 2 kutsarang sariwang kinatas na lemon juice
- ⅓ tasa / 100 g mograbieh, o alternatibo, tulad ng maftoul, fregola, o giant couscous (tingnan ang seksyon sa Couscous)
- 2 kutsarang ginutay-gutay na basil, o 1 kutsarang tinadtad na dill, opsyonal
- asin at sariwang giniling na itim na paminta

MGA TAGUBILIN:
a) Magsimula sa pagsunog ng tatlo sa mga talong. Upang gawin ito, sundin ang mga tagubilin para sa Burnt eggplant na may mga buto ng bawang, lemon, at granada .

b) Gupitin ang natitirang mga talong sa ⅔-pulgada / 1.5cm na dice. Mag-init ng humigit-kumulang ⅔ tasa / 150 ml na mantika sa isang malaking kasirola sa katamtamang init. Kapag mainit na, ilagay ang eggplant dice. Magprito sa loob ng 10 hanggang 15 minuto, madalas na pagpapakilos, hanggang sa kulay ang lahat; magdagdag pa ng kaunting mantika kung kinakailangan para laging may mantika sa kawali. Alisin ang talong, ilagay sa isang colander upang maubos, at budburan ng asin.

c) Siguraduhin na mayroon kang mga 1 kutsarang mantika na natitira sa kawali, pagkatapos ay idagdag ang sibuyas at kumin at igisa ng mga 7 minuto, madalas na pagpapakilos. Idagdag ang tomato paste at lutuin ng isa pang minuto bago idagdag ang mga kamatis, stock, tubig, bawang, asukal, lemon juice, 1½ kutsarita ng asin, at ilang itim na paminta. Dahan-dahang kumulo sa loob ng 15 minuto.

d) Samantala, pakuluan ang isang maliit na kasirola ng tubig na inasnan at ilagay ang mograbieh o alternatibo. Magluto hanggang al dente; ito ay mag-iiba ayon sa tatak ngunit dapat tumagal ng 15 hanggang 18 minuto (tingnan ang pakete). Patuyuin at i-refresh sa ilalim ng malamig na tubig.

e) Ilipat ang nasunog na laman ng talong sa sopas at i-blitz sa isang makinis na likido na may handheld blender. Idagdag ang mograbieh at pritong talong, itabi ang kaunti para palamuti sa dulo, at kumulo ng isa pang 2 minuto. Tikman at ayusin ang pampalasa. Ihain nang mainit, kasama ang nakareserbang mograbieh at pritong talong sa ibabaw at pinalamutian ng basil o dill, kung gusto mo.

89. Tomato at sourdough na sopas

MGA INGREDIENTS:
- 2 kutsarang langis ng oliba, dagdag pa para matapos
- 1 malaking sibuyas, tinadtad (1⅔ tasa / 250 g sa kabuuan)
- 1 tsp buto ng cumin
- 2 cloves bawang, durog
- 3 tasa / 750 ML stock ng gulay
- 4 na malalaking hinog na kamatis, tinadtad (4 tasa / 650 g sa kabuuan)
- isang 14-oz / 400g lata na tinadtad na mga kamatis na Italyano
- 1 kutsarang superfine na asukal
- 1 hiwa ng sourdough bread (1½ oz / 40 g sa kabuuan)
- 2 kutsarang tinadtad na cilantro, dagdag pa para matapos
- asin at sariwang giniling na itim na paminta

MGA TAGUBILIN:

a) Init ang mantika sa isang medium saucepan at idagdag ang sibuyas. Igisa para sa mga 5 minuto, pagpapakilos madalas, hanggang sa ang sibuyas ay translucent. Idagdag ang kumin at bawang at iprito sa loob ng 2 minuto. Ibuhos sa stock, parehong uri ng kamatis, asukal, 1 kutsarita ng asin, at isang magandang giling ng itim na paminta.

b) Dalhin ang sopas sa banayad na kumulo at lutuin ng 20 minuto, idagdag ang tinapay, pinunit sa mga tipak, sa kalahati ng pagluluto.

c) Panghuli, idagdag ang cilantro at pagkatapos ay blitz, gamit ang isang blender, sa ilang mga pulso upang ang mga kamatis ay masira ngunit medyo magaspang at makapal pa rin. Ang sopas ay dapat na medyo makapal; magdagdag ng kaunting tubig kung ito ay masyadong makapal sa puntong ito. Ihain, binuhusan ng mantika at nakakalat ng sariwang cilantro.

90. Maaliwalas na sopas ng manok na may knaidlach

MGA INGREDIENTS:
- 1 free-range na manok, humigit-kumulang 4½ lb / 2 kg, nahahati sa apat na bahagi, kasama ang lahat ng buto, at giblet kung makukuha mo ang mga ito at anumang karagdagang pakpak o buto na makukuha mo mula sa berdugo
- 1½ tsp langis ng mirasol
- 1 tasa / 250 ML dry white wine
- 2 karot, binalatan at pinutol sa ¾-pulgada / 2cm na hiwa (2 tasa / 250 g sa kabuuan)
- 4 na tangkay ng kintsay (mga 10½ oz / 300 g sa kabuuan), gupitin sa 2½-pulgada / 6cm na mga segment
- 2 medium na sibuyas (mga 12 oz / 350 g sa kabuuan), gupitin sa 8 wedges
- 1 malaking singkamas (7 oz / 200 g), binalatan, pinutol, at pinutol sa 8 segment
- 2 oz / 50 g bungkos ng flat-leaf parsley
- 2 oz / 50 g bungkos ng cilantro
- 5 sanga ng thyme
- 1 maliit na sprig ng rosemary
- ¾ oz / 20 g dill, dagdag pa para palamuti
- 3 dahon ng bay
- 3½ oz / 100 g sariwang luya, hiniwa nang manipis
- 20 black peppercorns
- 5 allspice berries
- asin

KNAIDLACH
- 2 sobrang laki ng itlog
- 2½ tbsp / 40 g margarine o taba ng manok, natunaw at pinayagang lumamig ng kaunti
- 2 kutsarang pinong tinadtad na flat-leaf parsley
- ⅔ tasa / 75 g matzo meal
- 4 na kutsarang tubig ng soda
- asin at sariwang giniling na itim na paminta

MGA TAGUBILIN:
a) Upang gawin ang knaidlach, haluin ang mga itlog sa isang medium bowl hanggang mabula. Ihalo ang tinunaw na margarine, pagkatapos ay ½ kutsarita ng asin, ilang itim na

paminta, at perehil. Dahan-dahan, pukawin ang matzo meal, na sinusundan ng soda water, at pukawin sa isang pare-parehong i-paste. Takpan ang mangkok at palamigin ang batter hanggang sa lumamig at matigas, hindi bababa sa isang oras o dalawa at hanggang 1 araw nang mas maaga.

b) Linya ang isang baking sheet na may plastic wrap. Gamit ang iyong basang mga kamay at isang kutsara, hubugin ang batter sa mga bola na kasing laki ng maliliit na walnut at ilagay sa baking sheet.

c) Ihulog ang mga bola ng matzo sa isang malaking palayok ng malumanay na kumukulo na inasnan na tubig. Bahagyang takpan ng takip at bawasan ang init sa mababang. Dahan-dahang kumulo hanggang lumambot, mga 30 minuto.

d) Gamit ang isang slotted na kutsara, ilipat ang knaidlach sa isang malinis na baking sheet kung saan maaari itong lumamig, at pagkatapos ay palamigin ng hanggang isang araw. O, maaari silang dumiretso sa mainit na sabaw.

e) Para sa sopas, gupitin ang anumang labis na taba sa manok at itapon. Ibuhos ang mantika sa isang napakalaking kasirola o Dutch oven at igisa ang mga piraso ng manok sa mataas na init sa lahat ng panig, 3 hanggang 4 na minuto. Alisin mula sa kawali, itapon ang mantika, at punasan ang kawali.

f) Idagdag ang alak at hayaang bumula ito ng isang minuto. Ibalik ang manok, takpan ng tubig, at pakuluan. Pakuluan ng halos 10 minuto, alisin ang scum.

g) Idagdag ang karot, kintsay, sibuyas, at singkamas. Itali ang lahat ng mga halamang gamot sa isang bundle na may string at idagdag sa palayok. Idagdag ang bay leaves, luya, peppercorns, allspice, at 1½ kutsarita ng asin at pagkatapos ay ibuhos ang sapat na tubig upang masakop ang lahat ng mabuti.

h) Ibalik ang sopas sa isang napaka banayad na kumulo at lutuin ng 1½ oras, paminsan-minsang pag-skimming at pagdaragdag ng tubig kung kinakailangan upang panatilihing maayos ang lahat. Iangat ang manok mula sa sopas at alisin ang karne mula sa mga buto. Panatilihin ang karne sa isang mangkok na may kaunting sabaw upang mapanatili itong basa, at palamigin; reserba para sa ibang gamit.

i) Ibalik ang mga buto sa palayok at pakuluan ng isa pang oras, magdagdag ng sapat na tubig upang panatilihing natatakpan ang mga buto at gulay. Salain ang mainit na sabaw at itapon ang mga damo, gulay, at buto. Painitin ang nilutong knaidlach sa sabaw.

j) Kapag sila ay mainit na, ihain ang sopas at knaidlach sa mababaw na mga mangkok, na binudburan ng dill.

91. Maanghang na freekeh na sopas na may bola-bola

MGA INGREDIENTS:
- 14 oz / 400 g ground beef, tupa, o kumbinasyon ng dalawa
- 1 maliit na sibuyas (5 oz / 150 g sa kabuuan), pinong diced
- 2 kutsarang pinong tinadtad na flat-leaf parsley
- ½ tsp ground allspice
- ¼ tsp ground cinnamon
- 3 kutsarang all-purpose na harina
- 2 kutsarang langis ng oliba
- asin at sariwang giniling na itim na paminta
- SABAW
- 2 kutsarang langis ng oliba
- 1 malaking sibuyas (9 oz / 250 g sa kabuuan), tinadtad
- 3 cloves ng bawang, durog
- 2 karot (9 oz / 250 g sa kabuuan), binalatan at gupitin sa ⅜-pulgada / 1cm cube
- 2 tangkay ng kintsay (5 oz / 150 g sa kabuuan), gupitin sa ⅜-pulgada / 1cm cube
- 3 malalaking kamatis (12 oz / 350 g sa kabuuan), tinadtad
- 2½ kutsara / 40 g tomato paste
- 1 tbsp baharat spice mix (binili sa tindahan o tingnan ang recipe)
- 1 kutsarang giniling na kulantro
- 1 cinnamon stick
- 1 kutsarang superfine na asukal
- 1 tasa / 150 g basag na freekeh
- 2 tasa / 500 ML stock ng baka
- 2 tasa / 500 ML stock ng manok
- 3¼ tasa / 800 ML mainit na tubig
- ⅓ oz / 10 g cilantro, tinadtad
- 1 lemon, gupitin sa 6 na wedges

MGA TAGUBILIN:

a) Magsimula sa mga bola-bola. Sa isang malaking mangkok, paghaluin ang karne, sibuyas, perehil, allspice, cinnamon, ½ kutsarita ng asin, at ¼ kutsarita ng paminta. Gamit ang iyong mga kamay, haluing mabuti, pagkatapos ay buuin ang timpla sa mga bolang kasing laki ng Ping-Pong at igulong ang mga ito sa harina; makakakuha ka ng humigit-kumulang 15. Painitin ang langis ng oliba sa isang malaking Dutch oven at iprito ang mga bola-bola sa katamtamang init sa loob ng ilang minuto, hanggang sa ginintuang kayumanggi sa lahat ng panig. Alisin ang meatballs at itabi.

b) Punasan ang kawali gamit ang mga tuwalya ng papel at idagdag ang langis ng oliba para sa sopas. Sa katamtamang init, iprito ang sibuyas at bawang sa loob ng 5 minuto. Haluin ang carrots at celery at lutuin ng 2 minuto. Idagdag ang mga kamatis, tomato paste, pampalasa, asukal, 2 kutsarita ng asin, at ½ kutsarita ng paminta at lutuin ng isa pang minuto. Haluin ang freekeh at lutuin ng 2 hanggang 3 minuto. Idagdag ang stocks, mainit na tubig, at meatballs. Pakuluan, bawasan ang apoy, at pakuluan nang mahinahon para sa karagdagang 35 hanggang 45 minuto, paminsan-minsang pagpapakilos, hanggang sa mapintog at malambot ang freekeh. Ang sopas ay dapat na medyo makapal. Bawasan o magdagdag ng kaunting tubig kung kinakailangan. Panghuli, tikman at ayusin ang pampalasa.

c) Ilagay ang mainit na sopas sa mga serving bowl at iwiwisik ang cilantro. Ihain ang lemon wedges sa gilid.

DESSERT

92. Sfouf (Turmeric Cake)

MGA INGREDIENTS:
2 tasang semolina
1 tasang all-purpose na harina
2 tasang asukal
1 kutsarang giniling na turmeric
1 kutsarita ng ground anise
1 kutsarita ng ground mahlab (opsyonal)
1 kutsarang baking powder
1 tasa ng langis ng gulay
1 tasang tubig
1 kutsarang tahini (para sa pagpapadulas ng kawali)
Toasted pine nuts o almonds (para sa dekorasyon)

MGA TAGUBILIN:
Painitin muna ang iyong oven sa 350°F (180°C).
Pahiran ng tahini ang isang parisukat o hugis-parihaba na baking pan.
Sa isang malaking mixing bowl, pagsamahin ang semolina, all-purpose flour, asukal, ground turmeric, ground anise, ground mahlab (kung gumagamit), at baking powder. Haluing mabuti.
Magdagdag ng langis ng gulay sa mga tuyong sangkap at ihalo.
Dahan-dahang magdagdag ng tubig habang patuloy na hinahalo hanggang sa makakuha ka ng makinis na batter.
Ibuhos ang batter sa greased baking pan, ikalat ito nang pantay-pantay.
Palamutihan ang tuktok ng batter na may toasted pine nuts o almonds, bahagyang pinindot ang mga ito sa batter.
Maghurno sa preheated oven nang humigit-kumulang 30-35 minuto o hanggang sa malinis na lumabas ang isang toothpick na ipinasok sa gitna.
Hayaang lumamig ang sfouf sa kawali bago ito hiwain ng mga parisukat o diamante.

93. Mamoul na may Dates

MGA INGREDIENTS:
PARA SA DOUGH:
- 3 tasa ng semolina
- 1 tasang all-purpose na harina
- 1 tasang unsalted butter, natunaw
- 1/2 tasa ng butil na asukal
- 1/4 cup rose water o orange blossom water
- 1/4 tasa ng gatas
- 1 kutsarita ng baking powder

PARA SA PAGPUPUNO NG PETSA:
- 2 tasang pitted date, tinadtad
- 1/2 tasa ng tubig
- 1 kutsarang mantikilya
- 1 kutsarita ng giniling na kanela

PARA SA PAG-ALABAS (OPTIONAL):
- Powdered sugar para sa pag-aalis ng alikabok

MGA TAGUBILIN:
PAGPUPUNO NG PETSA:
a) Sa isang kasirola, pagsamahin ang mga tinadtad na petsa, tubig, mantikilya, at giniling na kanela.
b) Magluto sa katamtamang init, patuloy na pagpapakilos, hanggang ang mga petsa ay lumambot at ang timpla ay lumapot sa isang paste-like consistency.
c) Alisin sa init at hayaang lumamig.

MAMOUL DOUGH:
d) Sa isang malaking mixing bowl, pagsamahin ang semolina, all-purpose flour, at baking powder.
e) Magdagdag ng tinunaw na mantikilya sa pinaghalong harina at haluing mabuti.
f) Sa isang hiwalay na mangkok, pagsamahin ang asukal, rosas na tubig (o orange blossom water), at gatas. Haluin hanggang matunaw ang asukal.
g) Idagdag ang pinaghalong likido sa pinaghalong harina at masahin hanggang sa magkaroon ka ng makinis na masa. Kung ang kuwarta ay masyadong madurog, maaari kang magdagdag ng kaunti pang tinunaw na mantikilya o gatas.

h) Takpan ang kuwarta at hayaang humigit-kumulang 30 minuto hanggang isang oras.
i) **PAGTITIPON NG MAMOUL COOKIES:**
j) Painitin muna ang iyong oven sa 350°F (175°C).
k) Kumuha ng isang maliit na bahagi ng kuwarta at hugis ito ng isang bola. I-flat ang bola sa iyong kamay at maglagay ng maliit na halaga ng pagpuno ng petsa sa gitna.
l) Ilakip ang pagpuno sa kuwarta, na hinuhubog ito sa isang makinis na bola o isang hugis ng simboryo. Maaari mong gamitin ang Mamoul molds para sa dekorasyon kung mayroon ka nito.
m) Ilagay ang napunong cookies sa isang baking sheet na nilagyan ng parchment paper.
n) Maghurno ng 15-20 minuto o hanggang sa maging golden brown ang ilalim. Ang mga tuktok ay maaaring hindi magbago ng kulay.
o) Hayaang lumamig ang cookies sa baking sheet sa loob ng ilang minuto bago ilipat ang mga ito sa wire rack upang ganap na lumamig.

OPSYONAL NA PAG-ALABAS:
p) Kapag ang Mamoul cookies ay ganap na lumamig, maaari mo itong alikabok ng powdered sugar.

94.Baklava

MGA INGREDIENTS:
- 1 pakete ng phyllo dough
- 1 tasang unsalted butter, natunaw
- 2 tasang halo-halong mani (walnut, pistachios), pinong tinadtad
- 1 tasa ng butil na asukal
- 1 kutsarita ng giniling na kanela
- 1 tasang pulot
- 1/4 tasa ng tubig
- 1 kutsarita ng rosas na tubig (opsyonal)

MGA TAGUBILIN:
a) Painitin muna ang oven sa 350°F (175°C).
b) Sa isang mangkok, ihalo ang tinadtad na mani na may asukal at kanela.
c) Maglagay ng isang sheet ng phyllo dough sa isang greased baking pan, brush na may tinunaw na mantikilya, at ulitin para sa tungkol sa 10 layers.
d) Iwiwisik ang isang layer ng pinaghalong nut sa ibabaw ng phyllo.
e) Ipagpatuloy ang pagpapatong ng phyllo at nuts hanggang sa maubusan ka ng mga sangkap, na nagtatapos sa tuktok na layer ng phyllo.
f) Gamit ang isang matalim na kutsilyo, gupitin ang baklava sa mga hugis diyamante o parisukat.
g) Maghurno para sa 45-50 minuto o hanggang sa ginintuang kayumanggi.
h) Habang nagluluto ang baklava, painitin ang pulot, tubig, at rosas na tubig (kung ginagamit) sa isang kasirola sa mahinang apoy.
i) Kapag tapos na ang baklava, agad na ibuhos ang mainit na pinaghalong pulot dito.
j) Hayaang lumamig ang baklava bago ihain.

95. Mafroukeh (Semolina at Almond Dessert)

MGA INGREDIENTS:
- 2 tasang semolina
- 1 tasang unsalted butter
- 1 tasa ng butil na asukal
- 1 tasang buong gatas
- 1 tasa blanched almonds, toasted at tinadtad
- Simpleng syrup (1 tasa ng asukal, 1/2 tasa ng tubig, 1 kutsarita ng orange blossom na tubig, pinakuluan hanggang sa syrup)

MGA TAGUBILIN:
a) Sa isang kawali, matunaw ang mantikilya at magdagdag ng semolina. Haluin nang tuluy-tuloy hanggang sa ginintuang kayumanggi.
b) Magdagdag ng asukal at magpatuloy sa paghahalo hanggang sa maayos na pinagsama.
c) Dahan-dahang magdagdag ng gatas habang hinahalo upang maiwasan ang mga bukol. Lutuin hanggang lumapot ang timpla.
d) Alisin mula sa init at ihalo sa toasted at tinadtad na mga almendras.
e) Pindutin ang pinaghalong sa isang serving dish at hayaan itong lumamig.
f) Gupitin sa mga hugis na brilyante at ibuhos ang inihandang simpleng syrup sa mafroukeh.
g) Hayaang sumipsip ng syrup bago ihain.

96. Red Pepper at Baked Egg Galettes

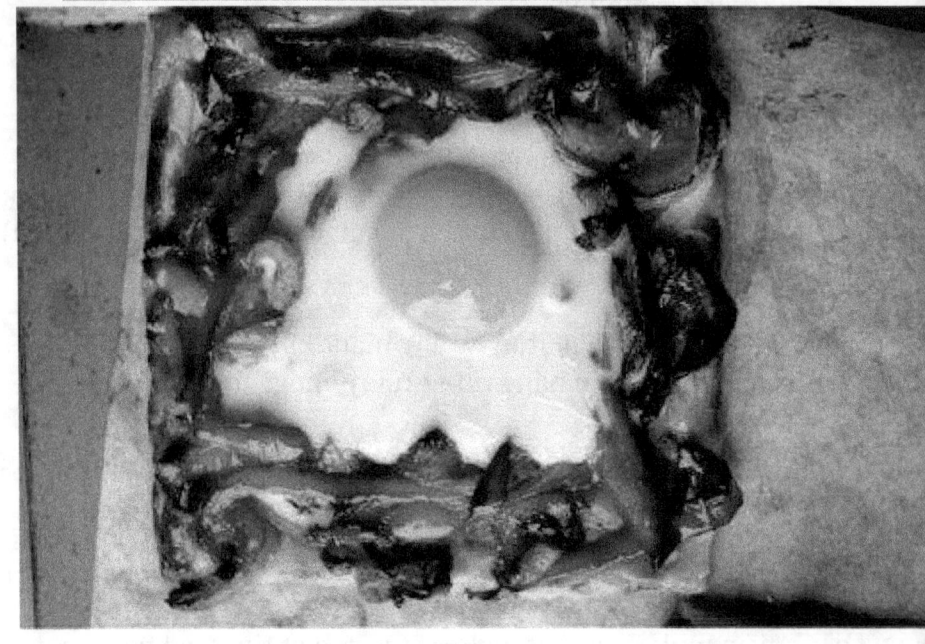

MGA INGREDIENTS:
- 4 na katamtamang pulang paminta, hinati, pinagbinhi, at gupitin ng ⅜ pulgada / 1 cm ang lapad
- 3 maliit na sibuyas, hatiin at gupitin sa mga wedges na ¾ pulgada / 2 cm ang lapad
- 4 thyme sprigs, mga dahon ay kinuha at tinadtad
- 1½ tsp ground coriander
- 1½ tsp ground cumin
- 6 na kutsarang langis ng oliba, dagdag pa para matapos
- 1½ kutsarang flat-leaf na dahon ng parsley, tinadtad nang magaspang
- 1½ kutsarang dahon ng cilantro, tinadtad nang magaspang
- 9 oz / 250 g pinakamahusay na kalidad, all-butter puff pastry
- 2 tbsp / 30 g kulay-gatas
- 4 na malalaking free-range na itlog (o 5½ oz / 160 g feta cheese, gumuho), kasama ang 1 itlog, bahagyang pinalo
- asin at sariwang giniling na itim na paminta

MGA TAGUBILIN:
a) Painitin muna ang oven sa 400°F / 210°C. Sa isang malaking mangkok, paghaluin ang mga sili, sibuyas, dahon ng thyme, giniling na pampalasa, langis ng oliba, at isang kurot na asin. Ikalat sa isang litson na kawali at inihaw sa loob ng 35 minuto, pagpapakilos ng ilang beses sa panahon ng pagluluto. Ang mga gulay ay dapat na malambot at matamis ngunit hindi masyadong malutong o kayumanggi, dahil mas lulutuin ang mga ito. Alisin mula sa oven at ihalo ang kalahati ng sariwang damo. Tikman para sa pampalasa at itabi. Painitin ang oven sa 425°F / 220°C.

b) Sa ibabaw ng bahagyang floured, igulong ang puff pastry sa isang 12-inch / 30cm square na humigit-kumulang ⅛ pulgada / 3 mm ang kapal at gupitin sa apat na 6-inch / 15cm squares. Tusukin ang lahat ng mga parisukat gamit ang isang tinidor at ilagay ang mga ito, na may mahusay na espasyo, sa isang baking sheet na nilagyan ng parchment paper. Iwanan upang magpahinga sa refrigerator ng hindi bababa sa 30 minuto.

c) Alisin ang pastry mula sa refrigerator at i-brush ang tuktok at gilid ng pinalo na itlog. Gamit ang isang offset na spatula o likod ng isang kutsara, ikalat ang 1½ kutsarita ng sour cream sa bawat parisukat, na nag-iiwan ng ¼-pulgada / 0.5cm na hangganan sa paligid ng mga gilid. Ayusin ang 3 kutsara ng pinaghalong paminta sa ibabaw ng mga parisukat na may tuktok na kulay-gatas, na iniwang malinaw na tumaas ang mga hangganan. Dapat itong ikalat nang pantay-pantay, ngunit mag-iwan ng isang mababaw na balon sa gitna upang hawakan ang isang itlog mamaya.

d) Ihurno ang mga galette sa loob ng 14 minuto. Kunin ang baking sheet mula sa oven at maingat na basagin ang isang buong itlog sa balon sa gitna ng bawat pastry. Ibalik sa oven at lutuin ng isa pang 7 minuto, hanggang sa maitakda na ang mga itlog. Budburan ng itim na paminta at ang natitirang mga halamang gamot at lagyan ng mantika. Ihain nang sabay-sabay.

97. Herb Pie

MGA INGREDIENTS:
- 2 kutsarang langis ng oliba, dagdag pa para sa pagsisipilyo ng pastry
- 1 malaking sibuyas, diced
- 1 lb / 500 g Swiss chard, mga tangkay at dahon na pinong ginutay-gutay ngunit pinananatiling hiwalay
- 5 oz / 150 g celery, hiniwa nang manipis
- 1¾ oz / 50 g berdeng sibuyas, tinadtad
- 1¾ oz / 50 g arugula
- 1 oz / 30 g flat-leaf parsley, tinadtad
- 1 oz / 30 g mint, tinadtad
- ¾ oz / 20 g dill, tinadtad
- 4 oz / 120 g anari o ricotta cheese, gumuho
- 3½ oz / 100 g may edad na Cheddar cheese, gadgad
- 2 oz / 60 g feta cheese, gumuho
- gadgad na zest ng 1 lemon
- 2 malaking free-range na itlog
- ⅓ tsp asin
- ½ tsp sariwang giniling na itim na paminta
- ½ tsp superfine sugar
- 9 oz / 250 g filo pastry

MGA TAGUBILIN:
a) Painitin muna ang oven sa 400°F / 200°C. Ibuhos ang langis ng oliba sa isang malaki at malalim na kawali sa katamtamang init. Idagdag ang sibuyas at igisa sa loob ng 8 minuto nang hindi nababato. Idagdag ang mga tangkay ng chard at ang kintsay at ipagpatuloy ang pagluluto sa loob ng 4 na minuto, paminsan-minsang pagpapakilos. Idagdag ang mga dahon ng chard, dagdagan ang init sa katamtamang mataas, at pukawin habang nagluluto ka sa loob ng 4 na minuto, hanggang malanta ang mga dahon. Idagdag ang berdeng sibuyas, arugula, at herbs at lutuin ng 2 minuto pa. Alisin mula sa init at ilipat sa isang colander upang palamig.
b) Kapag lumamig na ang timpla, pisilin ang tubig hangga't maaari at ilipat sa isang mangkok ng paghahalo. Idagdag ang tatlong keso, lemon zest, itlog, asin, paminta, at asukal at haluing mabuti.

c) Maglagay ng isang sheet ng filo pastry at i-brush ito ng kaunting olive oil. Takpan ng isa pang sheet at magpatuloy sa parehong paraan hanggang sa magkaroon ka ng 5 layer ng filo brushed na may mantika, lahat ay sumasaklaw sa isang lugar na sapat na malaki upang ihanay ang mga gilid at ibaba ng isang 8½-inch / 22cm na pie dish, at dagdag na isasabit sa gilid. . Ihanay ang pie dish sa pastry, punuin ng herb mix, at tiklupin ang sobrang pastry sa gilid ng filling, putulin ang pastry kung kinakailangan upang lumikha ng ¾-inch / 2cm border.

d) Gumawa ng isa pang set ng 5 filo layer na pinahiran ng mantika at ilagay ang mga ito sa ibabaw ng pie. Kuskusin nang kaunti ang pastry upang lumikha ng isang kulot, hindi pantay na tuktok at gupitin ang mga gilid upang masakop lamang nito ang pie. Brush na may langis ng oliba at maghurno para sa 40 minuto, hanggang sa ang filo ay maging isang magandang ginintuang kayumanggi. Alisin mula sa oven at ihain nang mainit o sa temperatura ng kuwarto.

98.Burekas

MGA INGREDIENTS:
- 1 lb / 500 g pinakamahusay na kalidad, all-butter puff pastry
- 1 malaking free-range na itlog, pinalo

RICOTTA FILLING
- ¼ tasa / 60 g cottage cheese
- ¼ tasa / 60 g ricotta cheese
- ⅔ tasa / 90 durog na feta cheese
- 2 tsp / 10 g unsalted butter, natunaw

PECORINO FILLING
- 3½ kutsara / 50 g ricotta cheese
- ⅔ tasa / 70 g gadgad na may edad na pecorino cheese
- ⅓ tasa / 50 g gadgad na may edad na Cheddar na keso
- 1 leek, hiwa sa 2-pulgada / 5cm na mga segment, blanched hanggang malambot, at pinong tinadtad (¾ tasa / 80 g sa kabuuan)
- 1 kutsarang tinadtad na flat-leaf parsley
- ½ tsp sariwang giniling na itim na paminta

MGA BINHI
- 1 tsp nigella seeds
- 1 tsp sesame seeds
- 1 tsp dilaw na buto ng mustasa
- 1 tsp caraway seeds
- ½ tsp chile flakes

MGA TAGUBILIN:
a) Igulong ang pastry sa dalawang 12-inch / 30cm squares bawat ⅛ pulgada / 3 mm ang kapal. Ilagay ang mga pastry sheet sa isang baking sheet na may parchment-lined—maaari silang magpahinga sa ibabaw ng isa't isa, na may isang sheet ng parchment sa pagitan-at iwanan sa refrigerator sa loob ng 1 oras.

b) Ilagay ang bawat hanay ng mga filling ingredients sa isang hiwalay na mangkok. Haluin at itabi. Paghaluin ang lahat ng buto sa isang mangkok at itabi.

c) Gupitin ang bawat pastry sheet sa 4-inch / 10cm squares; dapat kang makakuha ng kabuuang 18 parisukat. Hatiin ang unang pagpuno nang pantay-pantay sa kalahati ng mga parisukat, sandok ito sa gitna ng bawat parisukat. I-brush ang dalawang magkatabing gilid ng bawat parisukat na may itlog at pagkatapos ay tiklupin ang parisukat sa kalahati upang bumuo ng isang tatsulok. Itulak ang anumang hangin at kurutin nang mahigpit ang mga gilid. Gusto mong pindutin nang husto ang mga gilid para hindi bumukas habang nagluluto. Ulitin ang natitirang mga parisukat na pastry at ang pangalawang pagpuno. Ilagay sa isang baking sheet na nilagyan ng parchment at palamigin sa refrigerator ng hindi bababa sa 15 minuto upang matigas. Painitin muna ang oven sa 425°F / 220°C.

d) I-brush ang dalawang maikling gilid ng bawat pastry na may itlog at isawsaw ang mga gilid na ito sa pinaghalong binhi; kaunting buto, ⅙ pulgada lang / 2 mm ang lapad, ang kailangan lang, dahil nangingibabaw ang mga ito. I-brush din ang tuktok ng bawat pastry na may ilang itlog, iwasan ang mga buto.

e) Siguraduhin na ang mga pastry ay may pagitan ng mga 1¼ pulgada / 3 cm. Maghurno para sa 15 hanggang 17 minuto, hanggang sa ginintuang kayumanggi ang lahat. Ihain nang mainit o sa temperatura ng kuwarto. Kung ang ilan sa mga palaman ay tumalsik mula sa mga pastry sa panahon ng pagluluto, dahan-dahan lamang itong ipasok muli kapag sila ay sapat na upang mahawakan.

99.Ghraybeh

MGA INGREDIENTS:
- ¾ tasa plus 2 tbsp / 200 g ghee o clarified butter, mula sa refrigerator upang ito ay solid
- ⅔ tasa / 70 g ng asukal sa mga confectioner
- 3 tasa / 370 g all-purpose na harina, sinala
- ½ tsp asin
- 4 tsp orange blossom water
- 2½ tsp rosas na tubig
- mga 5 tbsp / 30 g unsalted pistachios

MGA TAGUBILIN:
a) Sa isang stand mixer na nilagyan ng whip attachment, pagsamahin ang ghee at asukal ng mga confectioner sa loob ng 5 minuto, hanggang sa malambot, mag-atas, at maputla. Palitan ang latigo gamit ang beater attachment, idagdag ang harina, asin, at orange blossom at rosas na tubig, at haluin para sa isang magandang 3 hanggang 4 na minuto, hanggang sa isang pare-pareho, makinis na kuwarta.

b) I-wrap ang kuwarta sa plastic wrap at palamigin ng 1 oras.

c) Painitin muna ang oven sa 350°F / 180°C. Kurutin ang isang piraso ng kuwarta, na tumitimbang ng humigit-kumulang ½ oz / 15 g, at igulong ito sa isang bola sa pagitan ng iyong mga palad. Bahagyang patagin at ilagay sa baking sheet na nilagyan ng parchment paper. Ulitin sa natitirang bahagi ng kuwarta, ayusin ang mga cookies sa mga sheet na may linya at hiwalay ang mga ito nang maayos. Pindutin ang 1 pistachio sa gitna ng bawat cookie.

d) Maghurno sa loob ng 17 minuto, siguraduhin na ang cookies ay hindi magkakaroon ng anumang kulay ngunit lutuin lamang. Alisin mula sa oven at hayaang ganap na lumamig.

e) Itabi ang cookies sa lalagyan ng airtight nang hanggang 5 araw.

100. Mutabbaq

MGA INGREDIENTS:
- ⅔ tasa / 130 g unsalted butter, natunaw
- 14 na sheet ng filo pastry, 12 by 15½ inches / 31 by 39 cm
- 2 tasa / 500 g ricotta cheese
- 9 oz / 250 g malambot na keso ng gatas ng kambing
- dinurog na unsalted pistachios, para palamutihan (opsyonal)
- SYRUP
- 6 tbsp / 90 ML ng tubig
- bilugan 1⅓ tasa / 280 g superfine sugar
- 3 kutsarang sariwang kinatas na lemon juice

MGA TAGUBILIN:
a) Painitin ang oven sa 450°F / 230°C. I-brush ang isang mababaw na rimmed baking sheet na mga 11 by 14½ inches / 28 by 37 cm na may ilan sa natunaw na mantikilya. Ikalat ang isang filo sheet sa itaas, ilagay ito sa mga sulok at hayaan ang mga gilid na nakabitin. Brush lahat ng mantikilya, itaas ng isa pang sheet, at magsipilyo muli ng mantikilya. Ulitin ang proseso hanggang sa magkaroon ka ng 7 sheet na pantay na nakasalansan, bawat isa ay nilagyan ng mantikilya.

b) Ilagay ang ricotta at goat's milk cheese sa isang mangkok at i-mash kasama ng isang tinidor, ihalo nang mabuti. Ikalat sa itaas na filo sheet, na nag-iiwan ng ¾ pulgada / 2 cm na malinaw sa gilid. I-brush ang ibabaw ng keso na may mantikilya at itaas ang natitirang 7 sheet ng filo, na lagyan ng mantikilya ang bawat isa.

c) Gumamit ng gunting upang gupitin ang halos ¾ pulgada / 2 cm mula sa gilid ngunit hindi umaabot sa keso, upang manatiling maayos itong naka-sealed sa loob ng pastry. Gamitin ang iyong mga daliri upang dahan-dahang isuksok ang mga gilid ng filo sa ilalim ng pastry upang magkaroon ng maayos na gilid. Magsipilyo ng mas maraming mantikilya sa kabuuan. Gumamit ng matalim na kutsilyo upang gupitin ang ibabaw sa humigit-kumulang 2¾-pulgada / 7cm na mga parisukat, na nagpapahintulot sa kutsilyo na halos umabot sa ilalim ngunit hindi masyadong. Maghurno para sa 25 hanggang 27 minuto, hanggang sa ginintuang at malutong.

d) Habang nagluluto ang pastry, ihanda ang syrup. Ilagay ang tubig at asukal sa isang maliit na kasirola at haluing mabuti gamit ang isang kahoy na kutsara. Ilagay sa katamtamang apoy, pakuluan, idagdag ang lemon juice, at kumulo ng dahan-dahan sa loob ng 2 minuto. Alisin mula sa init.

e) Dahan-dahang ibuhos ang syrup sa pastry sa sandaling ilabas mo ito sa oven, siguraduhing nababad ito nang pantay-pantay. Iwanan upang palamig ng 10 minuto. Budburan ng dinurog na pistachios, kung gagamit, at gupitin sa mga bahagi.

KONGKLUSYON

Habang tinatapos namin ang aming masasarap na paglalakbay sa pamamagitan ng "ANG MAHAHALAGANG LEBANESE AKLAT NG LUTUIN," umaasa kaming naranasan mo ang kagalakan ng pag-master ng sining ng lutuing Lebanese at pagdadala ng makulay na lasa ng Lebanon sa iyong mesa. Ang bawat recipe sa loob ng mga page na ito ay isang pagdiriwang ng pagiging bago, katapangan, at mabuting pakikitungo na tumutukoy sa mga lutuing Lebanese—isang testamento sa masaganang tapiserya ng mga lasa na ginagawang mahal na mahal ang lutuin.

Natikman mo man ang pagiging simple ng hummus, tinanggap ang mala-damo na tabbouleh, o nagpakasawa sa sagana ng kibbeh at shawarma, nagtitiwala kami na ang mga recipe na ito ay nagpasiklab sa iyong pagkahilig sa pagluluto ng Lebanese. Higit pa sa mga sangkap at pamamaraan, nawa'y maging mapagkukunan ng koneksyon, pagdiriwang, at pagpapahalaga sa mga tradisyon sa pagluluto na pinagsasama-sama ng mga tao ang konsepto ng pag-master ng sining ng lutuing Lebanese.

Habang patuloy mong ginalugad ang mundo ng pagluluto ng Lebanese, nawa'y ang "ANG MAHAHALAGANG LEBANESE AKLAT NG LUTUIN" ang iyong mapagkakatiwalaang kasama, na gagabay sa iyo sa iba't ibang pagkain na nakakakuha ng esensya ng Lebanon. Narito ang pagtikim ng matapang at mabangong lasa, pagbabahagi ng mga pagkain sa mga mahal sa buhay, at pagtanggap sa init at mabuting pakikitungo na tumutukoy sa lutuing Lebanese. Sahtein!

www.ingramcontent.com/pod-product-compliance
Lightning Source LLC
Chambersburg PA
CBHW071305110526
44591CB00010B/784